राजर्षी शाहू छत्रपती
एक मागोवा

डॉ. जयसिंगराव भाऊसाहेब पवार

मेहता पब्लिशिंग हाऊस

© +91 020-24476924 / 24460313

Email : info@mehtapublishinghouse.com

production@mehtapublishinghouse.com

sales@mehtapublishinghouse.com

Website : www.mehtapublishinghouse.com

◆ या पुस्तकातील लेखकाची मते, घटना, वर्णने ही त्या लेखकाची असून, त्याच्याशी प्रकाशक सहमत असतीलच असे नाही.

RAJARSHI SHAHU CHATRAPATI : EK MAGOVA by
DR. JAYSINGRAO PAWAR

राजर्षी शाहू छत्रपती : एक मागोवा / संशोधनात्मक

© डॉ. जयसिंगराव भाऊसाहेब पवार
'शिवतेज' १०८, साने गुरुजी वसाहत, राधानगरी रोड,
कोल्हापूर – ४१६०१२. © (०२३१) २३२२६४२

प्रकाशक   : सुनील अनिल मेहता, मेहता पब्लिशिंग हाऊस,
              १९४१, सदाशिव पेठ, माडीवाले कॉलनी, पुणे – ४११०३०.

मुखपृष्ठ   : चंद्रमोहन कुलकर्णी

प्रकाशनकाल : २५ नोव्हेंबर, २००४ / फेब्रुवारी, २०१०/
              मेहता पब्लिशिंग हाऊसची सुधारित तृतीयावृत्ती : मार्च, २०१८

P Book ISBN 9789387789258
E Book ISBN 9789387789265
E Books available on : play.google.com/store/books
www.amazon.in

तात्या रावजी हायस्कूल
तडसर, ता. कडेगाव, जि. सांगली
५५ वर्षांपूर्वी या शाळेची स्थापना
कर्मवीर भाऊराव पाटील यांनी
माझ्या गावी केली....

श्री प्रिन्स शिवाजी मराठा फ्री बोर्डिंग हाऊस
८५ वर्षांपूर्वी या वसतिगृहाची स्थापना
राजर्षी शाहू छत्रपतींनी
कोल्हापुरात केली....

या दोन शिक्षण संस्था नसत्या तर...
माझ्यासारखी, शेतकऱ्यांची असंख्य मुले
शिक्षणाला वंचित राहिली असती....

म्हणूनच तर या दोन शिक्षण संस्थांना
कृतज्ञतापूर्वक अर्पण

लेखकाचे दोन शब्द

राजर्षी शाहू छत्रपतींच्या जीवनकार्यावरील हा लेखसंग्रह शाहूप्रेमींच्या व इतिहासाभ्यासकांच्या हाती देताना मला आनंद होतो आहे. गेल्या दहा-बारा वर्षांत पाक्षिक लोकराज्य, साप्ताहिक सकाळ, दै. पुढारी, दै. सकाळ इत्यादी विविध नियतकालिकांच्या खास अंकांतून प्रसंगविशेषी प्रसिद्ध झालेले लेख आहेत. याशिवाय दोन लेख कोल्हापूरच्या भाई माधवराव बागल विद्यापीठाने आयोजित केलेल्या चर्चासत्रात सादर केलेले 'शोधनिबंध' आहेत. 'ब्राह्मण ब्युरॉक्रसी' व 'क्षात्रजगद्गुरू' या विषयांवरील लेख २००१ मध्ये आम्ही प्रकाशित केलेल्या 'राजर्षी शाहू स्मारक ग्रंथ'या ग्रंथातून घेतले आहेत. सदर स्मारक ग्रंथही आता दुर्मिळ झालेला आहे.

ग्रंथाच्या प्रारंभीच भारतीय संस्कृतीचे महान प्रवक्ते विश्ववंदनीय स्वामी विवेकानंद यांचे, १९ नोव्हेंबर १८९४ रोजी न्यू यॉर्कहून मद्रासमधील त्यांच्या तरुण अनुयायांना लिहिलेल्या पत्रामधील एक अवतरण दिले आहे, ते वाचकांनी जरूर अवलोकन करावे, अशी विनंती. अखिल भारतीयांचा उद्धार करण्याचे व्रत घेतलेल्या या थोर पुरुषाचा तत्कालीन वरिष्ठ वर्णीयांच्या इंग्रजांविरुद्ध चालविलेल्या स्वराज्याच्या हक्काच्या चळवळीसंबंधीचा दृष्टिकोन काय होता, हे त्यावरून समजून येते. स्वामिजींच्या या अवतरणाखालीच राजर्षी शाहू छत्रपतींच्या एका भाषणातील उतारा दिला आहे.

भारतातील अज्ञ व दरिद्री बहुजनांची वर्णवर्चस्ववाद्यांच्या व पुरोहितशाहीच्या पिळवणुकीपासून मुक्तता करू इच्छिणाऱ्या या दोन महान विभूतींच्या विचारांतील विलक्षण सामर्थ्य माझ्यासारख्या इतिहासाच्या विद्यार्थ्याला

एक आगळेच समाधान देऊन जाते. स्वामिजींनी म्हटले आहे,

"ज्याला इतरांना स्वातंत्र्य देण्याची इच्छा नसते, तो स्वतःच स्वातंत्र्याला लायक नसतो.''

राजर्षी शाहू छत्रपतींचा लढा अशा दुसऱ्याला स्वातंत्र्याचे हक्क नाकारणाऱ्या वर्णवर्चस्ववाद्यांविरुद्ध होता. इंग्रजांकडून राजकीय स्वातंत्र्याचे हक्क मागणारे लोक आपल्याच देशातील आपल्याच बांधवांना सामाजिक स्वातंत्र्याचे, सामाजिक न्यायाचे हक्क नाकारत होते. त्यांना विरोध करणाऱ्यांना ते 'स्वराज्यद्रोही' म्हणून बदनाम करीत होते. शाहू छत्रपतींचा लढा अद्यापि संपलेला नाही. म्हणूनच अद्यापही त्यांच्या कार्याचे विकृतीकरण व त्यांच्या चारित्र्याची बदनामी करण्याची वृत्ती अधूनमधून आपले डोके वर काढतच असते.

इतिहासाचे विकृतीकरण करणाऱ्यांना सत्येतिहासाचे सादरीकरण करूनच उत्तर देणे, हा सुसंस्कृत समाजाचा राजमार्ग मानला जातो. प्रस्तुत संग्रहातील कोल्हापूर गॅझेटिअरवरील लेख या मार्गविरील लेखकाच्या मतानुसार केलेली वाटचालच आहे.

- डॉ. जयसिंगराव पवार
कोल्हापूर

स्वामी विवेकानंद म्हणाले होते–

"भारताचा उद्धार करावयास हवा. गरिबांना पोटभर अन्न द्यावयास हवे. शिक्षणाचा प्रसार करायला हवा; आणि पुरोहितगिरी नष्ट करायला हवी. पुरोहितांचा जुलूम नको. सामाजिक अत्याचार नको...

इंग्रजांपासून अधिक सत्ता मिळावी म्हणून आपल्यातील काही खुळे तरुण सभा भरवतात. त्यांचे हे प्रयत्न पाहून इंग्रज लोक नुसते हसतात. ज्याला इतरांना स्वातंत्र्य देण्याची इच्छा नसते, तो स्वतःच स्वातंत्र्याला लायक नसतो! कल्पना करा, इंग्रजांनी सारी सत्ता तुम्हाला दिली तर परिणाम काय होईल? जे सत्ताधारी होतील ते बाकीच्यांना दडपून टाकण्याचा प्रयत्न करतील, त्यांच्यापर्यंत काही ती सत्ता पोहोचू देणार नाहीत! अशा गुलामांना सत्ता हवी असते इतरांना गुलाम बनविण्यासाठी."

- स्वामी विवेकानंदांची पत्रे, पृ. २९२

*** * * ***

...आणि राजर्षी शाहू छत्रपती म्हणाले होते –

"जर हल्लीची जातिव्यवस्थाच कायम राहिली तर ज्या रीतीने हल्ली सुराज्याचा अर्थ समजला जातो, ते स्वराज्य म्हणजे मूठभर लोकांच्या हाती सत्ता जाणे. याचा अर्थ मी स्वराज्याच्या चळवळीच्या विरुद्ध आहे, असे समजावयाचे नाही, हे मी पुन्हा एकवार सांगतो. आम्हाला स्वराज्य पाहिजेच; पण..."

"इंग्रज अधिकाऱ्यांच्या हातून सत्ता काढून घेऊन ती विद्यासंपन्न अशा अल्पसंख्याक ब्राह्मण वर्गाच्या हाती देणे मला बिलकूल पसंत नाही. परशुरामाच्या वेळेपासून आजपर्यंतचा इतिहास काय सांगतो? विद्येचा महिमा फक्त आपणाकडेच ठेवून इतरांस विद्येपासून दूर ठेवण्याचा अखंड पद्धतशीर प्रयत्न करून ब्राह्मण ब्युरॉक्रसीने या दक्षिणेत इतरांस गुलामाच्या स्थितीस कसे आणिले आहे, ही गोष्ट विसरणे फार कठीण आहे."

-क्रांतिसूक्ते, पृ. ७ व २१

अनुक्रमणिका

राजर्षी शाहू छत्रपती महाराज : एक दृष्टिक्षेप

कोल्हापूरकरांच्या हृदयात तीन दैवतांना अग्रस्थान आहे. पहिले दैवत करवीरनिवासिनी महालक्ष्मी, दुसरे दैवत छत्रपती शिवाजी महाराज आणि तिसरे दैवत म्हणजे राजर्षी शाहू महाराज! आजच्या आधुनिक कोल्हापूरच्या सांस्कृतिक, सामाजिक व आर्थिक जडणघडणीचे मूळ उगमस्थान आहेत राजर्षी शाहू महाराज, ज्यांच्या अलौकिक समाजोद्धाराच्या कार्याकडे पाहून त्यांना 'राजर्षी' पदवीने लोकांनीच स्वयंस्फूर्तीने गौरविले होते. शाहू महाराज नसते तर आधुनिक महाराष्ट्राच्या सांस्कृतिक व सामाजिक नकाशावर कोल्हापूर अग्रभागी दिसले नसते.

अनेक चळवळींचा आश्रयदाता

गेल्या शतकात महाराष्ट्रात जी समाजसुधारणा चळवळ उदयास आली तिचे धुरीणत्व म. फुले, न्या. रानडे, प्रिं. आगरकर इत्यादी थोर समाजसुधारकांनी केले. पण हे तीन धुरीण स. १८९० ते १९०१ च्या कालखंडात एकामागून एक याप्रमाणे कालाधीन झाल्यावर महाराष्ट्रातील समाजसुधारणा चळवळ पोरकी झाली; आणि त्याचबरोबर कर्मठ प्रतिगाम्यांच्या चळवळीला जोर प्राप्त झाला. अशा परिस्थितीत पोरक्या झालेल्या सामाजिक चळवळीस खंबीर नेतृत्व महाराष्ट्रात कोणी दिले असेल तर ते, राजर्षी शाहू महाराजांनी. बरोबर याच सुमारास (सन १८९९-१९००) कोल्हापुरात 'वेदोक्ताचा' प्रसंग घडला आणि त्याच्या अनुभवातील चटक्यांनी कोल्हापूरच्या छत्रपतीस अंतर्मुख बनविले. एका सामान्य पुरोहिताने छत्रपतींचा केलेला अवमान छत्रपतींनी वैयक्तिक न

मानता तो सर्व बहुजन समाजाचा मानला. वैयक्तिक अवमानाच्या प्रसंगात त्यांनी सामाजिक आशय पाहिला; आणि त्यातून बहुजन समाजाच्या उद्धाराचे विचार त्यांच्या अंतःकरणात उत्पन्न होऊन कालौघात ते कट्टर समाजसुधारक म्हणून पुढे आले. महाराष्ट्रातील समस्त बहुजन समाज, दलित-पतित समाज, त्यांच्याकडे एक मुक्तिदाता म्हणून पाहू लागला.

वेदोक्त प्रकरणात पोळून निघाल्यामुळे जातिभेद न मानणारा, अस्पृश्यता न पाळणारा व सर्वांना वेदाधिकार देणारा आर्य समाज शाहू महाराजांना अधिक जवळचा वाटल्यास नवल नव्हते. हिंदुस्थानची अस्मिता जागृत करणाऱ्या आर्यसमाजाचे अनुयायीत्व त्यांनी जरी स्वीकारले, तरी आर्य समाजाच्या चौकटीत त्यांनी स्वतःला बांधून घेतले नाही. जातिभेदावर व वर्णवर्चस्वावर घणाघाती हल्ला करणाऱ्या म. फुले यांच्या सत्यशोधक समाजाच्या शाखा कोल्हापूर संस्थानात व संस्थानाबाहेर महाराष्ट्रात स्थापन झाल्या. ना. भास्करराव जाधव, रावबहादूर लठ्ठे, डोंगरे, यादव यांसारखे महाराजांचे अनुयायी या समाजाला लाभले. मृतवत् झालेली सत्यशोधक चळवळ पुढे जोमाने फोफावली, त्यामागे महाराजांची प्रेरणा व शक्ती होती. पण केवळ आर्य समाज व सत्यशोधक समाज यांनाच नव्हे, तर महर्षी शिंदे यांच्या प्रार्थना समाजास आणि डॉ. ॲनी बेझंट व अरुंडेल यांच्या थिऑसॉफिकल सोसायटीसही महाराजांनी उदार राजाश्रय दिला होता. गमतीची गोष्ट अशी की, या सर्व समाजातील नेते आणि कार्यकर्ते महाराजांना 'आपले' मानत होते. आर्य समाज त्यांना 'आर्य समाजी' माने, तर सत्यशोधक समाज त्यांना 'सत्यशोधकी' मानी. महाराज या सर्वांचे होते आणि तरीही कोणत्याही समाजाच्या तत्त्वज्ञानाच्या चौकटीत त्यांनी स्वतःला बद्ध करून टाकले नव्हते. सामाजिक अन्याय व पिळवणूक याविरुद्ध ज्या ज्या चळवळी कार्य करीत होत्या, त्या त्या सर्वांना त्यांचा आश्रय होता. पण आपल्या कार्याचा मार्ग त्यांनी स्वतःच ठरविला होता आणि तसे करणे गरजेचे होते. कारण एखाद्या राजाने बहुजन समाजाच्या उद्धाराचा वसा घेण्याची घटना महाराष्ट्रात प्रथमच घडत होती. एका बाजूस सार्वभौम ब्रिटिश सत्ता आणि दुसऱ्या बाजूस बहुजनांच्या उद्धाराचे कार्य, अशा उभय बाजूंची कर्तव्ये सांभाळून समाजसुधारणेच्या चळवळीचे नेतृत्व करणे, ही

तारेवरची कसरत होती. म्हणून महाराजांना आपला मार्ग स्वतःच तयार करावा लागला होता.

म. फुले यांचा वारसा पुढे चालविला

आधुनिक महाराष्ट्राचे इतिहासकार राजर्षी शाहू महाराजांना म. फुले यांचा वारसदार मानतात. याचे प्रमुख कारण म्हणजे समाजातील वर्णभेद, जातिभेद, अस्पृश्यता व ब्राह्मणी अहंकार यावर प्रहार करून बहुजन समाजाच्या सामाजिक प्रगतीसाठी प्राथमिक शिक्षणाचा प्रसार, अस्पृश्यतानिवारण, त्यासाठी जनजागृती ही म. फुल्यांची कार्येच महाराजांनी पुढे जोमाने चालविली. सामाजिक क्रांतीची ही मशाल महाराजांनी डॉ. आंबेडकरांच्या हाती सोपविली. महार समाजातील एक तरुण अमेरिकेहून एम.ए., पीएच.डी. होऊन आल्याचे पाहून विलक्षण आनंदाने शाहू महाराज मुंबईत परळ चाळीत त्यांना भेटावयास गेले आणि कडकडून मिठी मारून उद्‌गारले,

"आता माझी काळजी दूर झाली. दलितांना त्यांचा पुढारी मिळाला!"

लवकरच डॉ. आंबेडकरांना कोल्हापूरला पाचारण करून त्यांना आपल्या रथातून महाराजांनी सोनतळी कॅम्पवर आणले आणि आपल्या पंगतीस घेऊन त्यांच्यासह त्यांनी सहभोजनाचा कार्यक्रम केला. एवढेच नव्हे, तर राजघराण्यातर्फे मानाचा व गौरवाचा जरीपटक्याचा आहेर देऊन त्यांचा सत्कार केला. डॉ. आंबेडकर या वेळी म्हणाले होते,

"छत्रपतींनी दिलेला मानाचा जरीपटका माझ्या मस्तकी चढविला त्याचा मी सदैव मान राखीन."

डॉ. आंबेडकरांनी दलितपतितांच्या उद्धाराचे कार्य महाराष्ट्रभरच नव्हे, तर सर्व हिंदुस्थानभर पसरवून महाराजांच्या 'जरीपटक्याचा मान' राखला. अशा प्रकारे फुले-शाहू-आंबेडकर ही त्रयी महाराष्ट्राच्या सामाजिक जडणघडणीची शिल्पकार बनली.

अस्पृश्योद्धार हे जीवितकार्य

म. फुले हे सामान्य समाजातून पुढे आलेले सुधारक होते. त्यांच्या कार्याला व सामर्थ्याला बऱ्याच मर्यादा होत्या. पण शाहू महाराज दक्षिणेतील एक प्रमुख संस्थानिक, विशेषतः सर्व मराठी माणसांना

आदराचे स्थान वाटणाऱ्या छत्रपती पदावर आरूढ झालेले राजे असल्याने, त्यांना आपले कार्य व्यापक पातळीवर करता आले. राजा म्हणून लाभलेले सामर्थ्य त्यांनी बहुजन समाजात कनिष्ठ म्हणून गणल्या गेलेल्या जाती-जमातींच्या उद्धारासाठी खर्ची घातले. बहुजन समाजातील नानाविध जातींच्या वसतिगृहांबरोबर अस्पृश्य समजल्या गेलेल्या महार, चांभार इ. जातींसाठीही त्यांनी वसतिगृहे स्थापन केली. अस्पृश्य विद्यार्थ्यांसाठी शिक्षण मोफत करून शाळा-कॉलेजांची दारे खुली केली; त्यांच्यासाठी स्कॉलरशिप्स ठेवल्या. अस्पृश्यांपैकी जे शिकून तयार झाले त्यांना आपल्या राज्यकारभारात घेतले. आपल्या राज्यातील ५० टक्के जागा मागासवर्गीयांसाठी राखून ठेवल्याचा जाहीरनामा काढून तो अमलात आणणारा, हा हिंदुस्थानातील पहिला राज्यकर्ता होय! मंडल आयोग आज आला; पण ९० वर्षांपूर्वी सन १९०२ मध्येच मंडल आयोगाची तत्त्वे राबविली होती, ही गोष्ट कोल्हापूरलाच नव्हे तर अखिल महाराष्ट्राला भूषणास्पद आहे.

अस्पृश्यांपैकी महाराजांना पिढ्या न् पिढ्या गुलामगिरीत खितपत ठेवणारे 'महार वतन' याच राजाने खालसा करून त्यांना मुक्त केले. महाराष्ट्रात हे वतन खालसा व्हावे म्हणून डॉ. आंबेडकरांनी मुंबई कौन्सिलमध्ये सन १९२८-४० दरम्यान तीन वेळा निकराची झुंज दिली; पण त्यात त्यांना यश आले नाही. पुढे यशवंतराव चव्हाणांनी हे गुलामी वतन खालसा केले. पण त्यासाठी १९५८ साल उजाडावे लागले!

अस्पृश्यांवर होणारा दुसरा जुलूम म्हणजे वेठबिगार. शाहू महाराजांनी ही अन्यायी व जुलमी पद्धती कायद्याने रद्द केली – (सन १९१९). स्वतंत्र भारताला असा कायदा तयार होण्यासाठी सन १९७६ पर्यंत थांबावे लागले. अस्पृश्यांवर होणारा आणखी एक जुलूम म्हणजे 'हजेरीची सक्ती'. काही जाती जन्मजात गुन्हेगार समजून त्यांच्यावर हजेरीची सक्ती लादलेली असे. महाराजांनी ही जुलमी पद्धती रद्द केली. या सर्वांवर कळस चढविला तो त्यांनी अस्पृश्यतानिवारणाचा जाहीरनामा प्रसिद्ध करून. जाहीरनामा म्हणतो –

'सर्व सार्वजनिक इमारती, धर्मशाळा, रेस्ट हाऊसेस, सरकारी अन्नछत्रे वगैरे ठिकाणी व नदीचे पाणुते, सार्वजनिक विहिरी येथे कोणत्याही

मनुष्यप्राण्याचा विटाळ मानण्याचे नाही... तसे न झाल्यास गावकामगार पाटील व तलाठी यांना जोखीमदार धरले जाईल.'

हा जाहिरनामा महाराजांनी सन १९१९मध्ये प्रसिद्ध केला. पण अस्पृश्यता निवारणाचे कार्य त्यांनी यापूर्वीच सुरू केले होते. अस्पृश्य समाजातील महार-मांग इ. जातींतील अनेकांना त्यांनी आपल्या राजवाड्यावर शरीरसंरक्षक, ड्रायव्हर, पोष्टीलियन, माहूत, कुत्तेवान, हुलेस्वार म्हणून जवळ केले होते. इतकेच नव्हे, तर त्यांच्यापैकी कित्येकांना त्यांनी तलाठी बनविले, वकिलीच्या सनदा दिल्या. ज्या महारांच्या शेकडो पिढ्या गावच्या चावडीच्या पायरीवर 'जोहार मायबाप' म्हणत गेल्या, त्या महार समाजातील तलाठी बनलेले सुशिक्षित तरुण गावच्या पाटलाबरोबर चावडीत लोडाला टेकून बसलेले क्रांतिकारी दृश्य अख्ख्या हिंदुस्थानात फक्त करवीर राज्यातच अवतीर्ण झाले होते! ही शाहूरायाची किमया होती. आणि वरिष्ठ जातीपेक्षा गुणांत व कर्तृत्वात दलित किंचितही कमी नाहीत, असा आत्मविश्वास दलितांत निर्माण करण्याचा राजर्षी शाहू महाराजांचा हा क्रांतिकारी प्रयत्न होता.

राजर्षींची आणखी काही क्रांतिकारी पावले

केवळ अस्पृश्यच नव्हे तर बहुजन समाजातील कुंभार, सुतार, लोहार, न्हावी इ. अस्पृश्य न मानल्या गेलेल्या, पण कनिष्ठ दर्जाच्या बलुत्यांच्या जातीही पिढ्या न् पिढ्या आपल्या व्यवसायाच्या गुलामगिरीत जखडून पडल्या होत्या. त्यांना इतर व्यवसाय करण्याची तत्कालीन रीतिरिवाजांनुसार बंदी होती. महाराजांनी खास हुकूम काढून आपल्या राज्यातील बैते-बलुतेपद्धती रद्द करून टाकली व या जातींना कोणताही व्यवसाय करण्यास स्वातंत्र्य बहाल केले.

महाराजांचे त्या काळातील समाजसुधारणेचे हुकूम पाहिले की Prophets are always ahead of their time या उक्तीचे प्रत्यंतर येते. सन १९१७ मध्ये दिल्ली कौन्सिलमध्ये विठ्ठलभाई पटेल यांनी मांडलेले 'आंतरजातीय विवाह संमती बिल' प्रतिगामी सभासदांच्या विरोधामुळे बारगळले. या बिलाला लो. टिळकांसारख्या धुरीणांनीही विरोध केला. पण कोल्हापूरच्या शाहू महाराजांनी पटेल बिलास जाहीर पाठिंबाच दिला असे नाही, तर आपल्या राज्यात 'आंतरजातीय विवाह संमती

कायदा' अमलात आणला. याही पुढे जाऊन त्यांनी 'विधवा विवाह संमती कायदा' करून विधवा स्त्रियांच्या स्वातंत्र्याचा मार्ग मोकळा केला; तसेच खालच्या जातींत रूढ असणारी मुरळी-जोगतीची अनिष्ट प्रथा कायद्याने बंद करून टाकली. आजही ही प्रथा नष्ट करण्यासाठी अनेक सामाजिक कार्यकर्त्यांना महाराष्ट्र-कर्नाटक भागात कसे झगडावे लागते आहे, याची आपणास कल्पना आहेच.

शाहू महाराज कर्ते सुधारक होते. लोकांना ज्या सुधारणा करा असे ते सांगत, त्या स्वतःच करून दाखवीत. आंतरजातीय विवाहाचा केवळ कायदा करून ते थांबले नाहीत, तर असे विवाह घडवून आणण्यासाठी त्यांनी हिंदुस्थानातील संस्थानिकांशी पत्रव्यवहार करून काही योजनाही तयार केल्या. इंदूरच्या महाराजांशी वाटाघाटी करून असे १०० आंतरजातीय विवाह घडवून आणण्याची योजना त्यांनी आखली व त्याप्रमाणे २५ विवाह घडवून आणले. इतकेच नव्हे, तर आपल्या जनक घराण्यातील एक कन्या होळकर घराण्यात देऊन उक्तीप्रमाणे आपण कृतीतही कमी नाही, हे दाखवून दिले. अशा प्रकारे मराठा-धनगर विवाह घडवून आणत असता महाराजांना स्वज्ञाती बांधवांशीही संघर्ष करावा लागला होता, हे आपण लक्षात घेतले पाहिजे.

शाहू महाराजांचे आणखी एक क्रांतिकारी पाऊल म्हणजे त्यांनी सर्व हिंदूंना कायद्यासमोर समान लेखणारे 'हिंदू कोड' सन १९२० मध्ये आपल्या राज्यात अमलात आणले. हिंदुस्थानातील निवृत्त सरन्यायाधीश फ्रँक बीमन यांनी ते महाराजांच्या आज्ञेने तयार केले होते. हिंदू धर्मशास्त्रांनी न्यायालयीन क्षेत्रात निर्माण केलेली विषमता अशा प्रकारे नाहीशी करण्यात आली.

कोल्हापूर : दक्षिणेतील शिक्षणकाशी

फुले-रानडे-आगरकर यांच्याप्रमाणे शाहू महाराजांनीही शिक्षणास सर्व सुधारणांमध्ये अग्रक्रम दिला. विशेषतः अज्ञान, अंधश्रद्धा व दारिद्रय यांच्या कचाट्यातून बहुजनसमाजाची सोडवणूक करावयाची झाल्यास शिक्षणाशिवाय अन्य पर्याय नाही; किमानपक्षी बहुजनसमाजास प्राथमिक शिक्षण तरी अवश्य मिळावयास हवे, अशी महाराजांची तळमळ होती. म. फुले यांनी सन १८८२ मध्ये याच उद्देशाने हंटर

कमिशनसमोर आग्रह धरला होता. म. फुले यांचा हा विचार शाहू महाराजांनी प्रत्यक्ष अमलात आणला. सन १९१७ मध्ये आपल्या राज्यासाठी सक्तीचा मोफत प्राथमिक शिक्षणाचा कायदा करून त्यांनी ५०० ते १००० लोकसंख्या असणाऱ्या प्रत्येक खेड्यात प्राथमिक शाळा सुरू केल्या. देवळात, चावडीत, धर्मशाळेत जिथे जागा मिळेल तिथे प्राथमिक शाळेतून रयतेची मुले शिकू लागली.

कायदा केला त्या वेळी राज्यात फक्त २७ प्राथमिक शाळा व १२९६ विद्यार्थी होते. अवघ्या ५/६ वर्षांत ४२० शाळा व २२, ००० विद्यार्थी झाले. करवीर राज्याचे लाखो रुपये महाराजांनी प्राथमिक शिक्षणावर खर्च केले. या वेळी खालसा मुलखातील वरिष्ठ वर्गातली मंडळी इंग्रज सरकारने आपले शिक्षणावरील बजेट प्राथमिक शाळांच्या प्रसारावर खर्च न करता ते उच्च शिक्षणावरच खर्च करावेत, असा आग्रह धरीत होती. पण सरकारने हा पैसा जास्तीत जास्त प्राथमिक शिक्षणावर खर्च करावा, अशी महाराजांची मागणी होती. वरिष्ठ वर्गाच्या स्वार्थी वृत्तीवर कठोर टीका करताना महाराज म्हणतात –

"No cake to a few unitl all are served with bread' हे इंग्लंडातील मजूर पक्षाचे धोरण आहे; पण इथे शेकडा ९० टक्के लोक उपाशी आहेत व दहा टक्के लोक खात आहेत. उपाशी लोकांना कोंड्याच्या भाकरीची सोय करण्याअगोदर या दहांच्या पोळ्यांवर साजूक तूप वाढा असा आरडाओरडा करणाऱ्यांना रयतेची कळकळ किती आहे, हे उघड होत आहे."

आपल्या राज्यात प्राथमिक शिक्षण सक्तीचे करणारे महाराजा सयाजीराव गायकवाड हे पहिले हिंदी संस्थानिक होते; त्यांच्यामागून शाहू महाराज हे अशी सुधारणा करणारे दुसरे संस्थानिक झाले. शिक्षणाच्या क्षेत्रात त्या काळात या दोन्ही संस्थानांची प्रागतिक धोरणे इंग्रज राज्यकर्त्यांनाही मागे टाकणारी ठरली, ही मोठी अभिमानाची गोष्ट आहे.

कोल्हापूर राज्याच्या शैक्षणिक सुधारणांचे एक महत्त्वाचे वैशिष्ट्य म्हणजे शाहू महाराजांनी स्थापन केलेली जातवार विद्यार्थी वसतिगृहे. मराठा, जैन, लिंगायत, प्रभू, पांचाळ ब्राह्मण, सुतार, नाभिक, देवांग, शिंपी, महार, ढोर, चांभार, मुस्लिम, ख्रिस्ती अशा नानाविध जातींच्या

व धर्माच्या मुलांची कोल्हापुरात राहाण्या-जेवण्याची व्यवस्था महाराजांनी वसतिगृहांच्या रूपाने केली. त्या काळी ग्रामीण भागातील आई-बाप आपली मुले इतर जातींच्या मुलांच्या संपर्काने जातिभ्रष्ट होतील, या भीतीने कोल्हापूरला उच्च शिक्षणासाठी पाठवीत नसत. महाराज जातिभेद मानीत नसले तरी या जातींमधील मुले शिकावीत या उदार हेतूने त्यांनी तत्त्वास मुरड घालून जातवार वसतिगृहे स्थापन केली. त्यांना कायमच्या उत्पन्नाची साधने करून दिली. याचा परिणाम असा घडून आला की कोल्हापूर संस्थानमधीलच नव्हे, तर महाराष्ट्राच्या कानाकोपऱ्यातील हजारो विद्यार्थी या वसतिगृहांच्या आश्रयाने शिकण्यासाठी कोल्हापुरात आले व शिकून पुढे प्रतिष्ठेस पोहचले. राजर्षी शाहू महाराजांचे हेच कार्य पुढे त्यांचे अनुयायी कर्मवीर भाऊराव पाटील यांनी जोमाने हाती घेतले.

आपल्या वसतिगृहांविषयी शाहू महाराज म्हणत, की जसे इंग्लंड हे जगात 'मदर ऑफ पार्लमेंट्स' म्हणून प्रसिद्ध आहे, तसे कोल्हापूर हिंदुस्थानात 'मदर ऑफ बोर्डिंग हौसीस' म्हणून प्रसिद्ध आहे. महाराजांचा अभिमान सार्थ होता. सर्व हिंदुस्थानात सर्व जातिधर्माच्या विद्यार्थ्यांची अशी सोय करणारे कोल्हापूरशिवाय अन्य नगर नव्हते. धर्म-पुराणात कोल्हापूर हे 'दक्षिण काशी' म्हणून गौरविले गेले आहे. शाहू महाराजांनी या दक्षिण काशीला 'शिक्षण काशी' बनविले होते.

नाट्य-गायनादी कलांचे सुवर्णयुग

शाहू महाराजांचे केवळ समाजसुधारणा व शिक्षण या क्षेत्रांतच योगदान आहे असे नाही, तर नाट्य-गायनादी कलांना उदार राजाश्रय देऊन त्यांनी कोल्हापूरचे नाव सर्व हिंदुस्थानात मोठे केले. त्यांच्या कारकिर्दीत विविध कला क्षेत्रांत एक सुवर्णयुगच अवतरले! त्या युगाचा धावता आढावा घेणेही या छोट्याशा लेखात शक्य नसल्याने काही श्रेष्ठ कलावंतांच्या केवळ नामनिर्देशावरच थांबावे लागेल. नटसम्राट बालगंधर्व व संगीतसूर्य केशवराव भोसले हे प्रतिभावान कलावंत ही शाहू महाराजांची महाराष्ट्राला देणगी आहे. या महान कलावंतांनी मराठी रंगभूमीवर सुवर्णयुग उदयास आणले. याशिवाय विष्णुपंत पागनीस, दत्तोबा भोसले, गोविंदराव टेंबे, शंकरराव सरनाईक हेही गुणी कलावंत

कोल्हापूरने दिले. कोल्हापूरच्या या थोर कलापरंपरेतूनच बाबूराव पेंटर, भालजी पेंढारकर, बाबूराव पेंढारकर, व्ही. शांताराम, मा. विनायक, मा. विठ्ठल हे थोर कलावंत भारतीय चित्रपटसृष्टीचे आद्य शिल्पकार म्हणून उदयास आले.

युरोपच्या दौऱ्यात शाहू महाराजांनी रोममधील नाट्यगृहे पाहिली. आपल्या कलाकारांसाठी तसे भव्य नाट्यगृह कोल्हापुरात उभे करावयाचे ठरवून, त्यांनी सन १९१५ मध्ये 'पॅलेस थिएटर' बांधले. शास्त्रशुद्ध रचना असलेले असे वैभवशाली व भव्य नाट्यगृह त्या काळी सर्व हिंदुस्थानात नव्हते. महाराजांनी या पॅलेस थिएटरचे उद्घाटन 'मानापमान' नाटकाने आणि राम गणेश गडकरी, चिंतामणराव कोल्हटकर यांच्या उपस्थितीत केले. नाट्य कलावंतांना मिळणाऱ्या राजाश्रयाबद्दल काय लिहावे? संगीततज्ज्ञ बाबूराव जोशी लिहितात – 'नाटक कंपनीला शाहू महाराज एखाद्या रुखवताप्रमाणे म्हणजे धुण्याच्या साबणापासून ते तोंडाचा रंग जाण्याच्या शिकेकाईपर्यंत सर्व जिनसा देत. जवळजवळ किराणामालाचे एक दुकानच ते कंपनीला देत.'

संगीताच्या क्षेत्रात ज्यांनी कोल्हापूरची कीर्ती सर्व देशभर केली ते 'संगीताचे गौरीशंकर' असलेले अल्लादियाखाँसाहेब हे शाहू महाराजांच्या दरबारातील एक श्रेष्ठ प्रतिभाशाली कलावंत. महाराजांनी त्यांना कोल्हापुरी आणले व बंधुतुल्य प्रेम देऊन त्यांचा गौरव केला. अल्लादियाखाँसाहेबांनी भास्करबुवा बखले, मंजीखाँ, भूर्जीखाँ, केसरबाई केरकर, मोगुबाई कुर्डीकर, गोविंदबुवा शाळिग्राम, शंकरराव सरनाईक असे एकाहून एक नामवंत गायक मराठी संगीतभूमीला अर्पण केले. शाहू महाराजांच्या आशीर्वादाने ज्या केसरबाईंनी अल्लादियाखाँसाहेबांच्या पायाशी बसून संगीताचे धडे घेतले, त्याच केसरबाई पुढे हिंदुस्थानातील एक श्रेष्ठ गायिका म्हणून प्रसिद्धीस आल्या. सन १९३८ मध्ये रवींद्रनाथ टागोरांनी आपल्या 'विश्वभारती' तर्फे केसरबाईंचा 'सूरश्री' पदवी देऊन गौरव केला.

ज्यांनी हिंदुस्थानातील पहिला भारतीय मूव्ही कॅमेरा स्वतःच्या तंत्रकौशल्याने तयार केला, ते सुप्रसिद्ध नेपथ्यकार, चित्रकार व शिल्पकार असलेले आनंदराव पेंटर व बाबूराव पेंटर हे बंधू कोल्हापूरचेच. 'मानापमान' नाटकात नटवर्य केशवराव भोसले नाटकातील पदांना रसिकांकडून

टाळ्या घेत; आनंदराव पेंटर हे महाराष्ट्रातील पहिले नेपथ्यकार की ज्यांनी नाटकाच्या पडद्याच्या सौंदर्यावर रसिकांकडून टाळ्या घेतल्या. सन १९२० मध्ये बाबूराव पेंटरनी 'सैरंध्री'' हा पहिला कलात्मक चित्रपट तयार केला. हिंदुस्थानी बनावटीच्या कॅमेऱ्यावर तयार झालेला हा हिंदुस्थानातील पहिला चित्रपट! याच चित्रपटात प्रथमच अनसूयाबाई व गुलाबबाई या दोन स्त्रियांनी भूमिका केल्या. हिंदुस्थानी सिनेमा पडद्यावरील या पहिल्या नट्या होत. बाबूरावांनी स्थापन केलेल्या 'महाराष्ट्र फिल्म कंपनी'तून तयार होऊन पुढे व्ही. शांतारामसारखा अष्टपैलू कलावंत देशास मिळाला.

चित्रकलेच्या क्षेत्रात आबालाल रहमान व बाबूराव पेंटर यांसारखे महान कलावंत शाहू महाराजांच्या काळात उदयास आले. आबालाल रहमान तर तपस्वी कलावंत होते. त्यांच्या असामान्य प्रतिभेने तयार झालेली निसर्गचित्रे कलेच्या क्षेत्रात अमर झाली आहेत. कोल्हापूरची ही तेजस्वी परंपरा पुढे माधवराव बागल, दत्तोबा दळवी, बाबा गजबर या कलावंतांनी समर्थपणे चालविली. सारांश, कलेच्या प्रत्येक क्षेत्रात शाहू काळात असे गुणी कलावंत निर्माण झाले.

मल्लविद्या ही शाहू महाराजांची सर्वांत आवडती कला होती. सव्वा सहा फूट उंचीचा जबर ताकदीचा हा राजा स्वतः मल्ल तर होताच, पण मल्लविद्या- विशारदही होता. मल्लविद्येच्या आवडीने महाराजांनी आपल्या राज्यातीलच नव्हे, तर सर्व देशातील अनेक नामांकित मल्लांना उदार राजाश्रय दिला होता. महाराष्ट्रात मल्लविद्येची उज्ज्वल परंपरा निर्माण करून या क्षेत्रातील उत्तर हिंदुस्थानी मल्लांचे वर्चस्व मोडून काढून तिथे मराठी मल्लांना मानाचे स्थान शाहू महाराजांनी मिळवून दिले. शिवाप्पा बेरड, कृष्णा मर्दाने, बाबू बिरे, गोपाळ परीट, व्यंकाप्पा बुरुड असे नाना जाती-जमातींचे नामांकित मल्ल करवीरच्या मातीत उदयास आले. महार, चांभार, भंगी अशा जातींचेही मल्ल उत्तर हिंदुस्थानी मल्लांशी लढले! पैलवानाने चमकदार कुस्ती केली तर महाराज मैदानात जाऊन हर्षभराने त्यास मिठी मारीत. आपल्या डोईचा मंदील पैलवानाच्या मस्तकावर ठेवीत; एवढेच नव्हे तर काहींची हत्तीवरून मिरवणूक काढीत. विजयी मल्लाबरोबर पराभूत मल्लाचाही गौरव करणारा शाहू राजासारखा मल्लविशारद विरळ!

सन १९११ मध्ये दिल्ली दरबारच्या प्रसंगी व्हाइसरॉयनी भरविलेल्या कुस्तीच्या मैदानात अखिल हिंदुस्थानातून तिथे आलेल्या नामांकित मल्लांनी शाहू महाराजांचे मुजरे करून दर्शन घेतले, तेव्हा व्हाइसरॉयसह सर्व मैदान स्तंभित झाले. या भव्य मैदानाची सर्व सूत्रे आपोआपच महाराजांकडे आली. महाराजांनी त्या काळचे नामांकित श्रेष्ठ मल्ल इमामबक्ष व हैदरबक्ष यांची कुस्ती लावली. इमामबक्षाने कुस्ती मारली. महाराजांनी भर मैदानात आपुल्या मस्तकावरचा भरजरीचा फेटा इमामबक्षाच्या मस्तकी ठेवला. त्याच वेळी ते हैदरबक्षला विसरले नाहीत. त्याच्या पाठीवर शाबासकी देऊन त्याच्या मल्लविद्येच्या कौशल्याचा गौरव म्हणून त्यासही भरजरी फेटा बहाल केला.

रोममधल्या कुस्तीच्या आखाड्यासारखा भव्य आखाडा महाराजांनी मल्लविद्येच्या आवडीपोटी कोल्हापुरात बांधला. तोच खासबाग कुस्तीचा आखाडा. ४०/४५ हजार कुस्ती शौकीन एकाच वेळी या आखाड्यात बसू शकतात. शास्त्रीय पद्धतीने बांधलेले असे प्रचंड आकाराचे वैभवशाली मैदान त्या काळी हिंदुस्थानात नव्हते!

शेती, सहकार आणि उद्योगधंदे यांचा पाया

आज कोल्हापूर जिल्हा शेती, सहकार व उद्योगधंदे या क्षेत्रांत सर्व महाराष्ट्रात अग्रेसर आहे, याचे श्रेय शाहू महाराजांच्या कल्पक दूरदृष्टीस व लोककल्याणी राज्यकारभारास जाते. सह्याद्रीत उगम पावणाऱ्या अनेक नद्या करवीर राज्यातून वाहतात. त्यांपैकी भोगावती नदीवर एक प्रचंड धरण– राधानगरीचे धरण– शाहू महाराजांनी बांधले आणि कोल्हापूरच्या परिसराचा कायापालटच करून टाकला. आपले महाराष्ट्र सरकार हरितक्रांतीच्या योजना आज आखते आहे. स्वातंत्र्यपूर्व काळात अशा योजना आखून आपल्या राज्यात पहिली हरितक्रांती घडवून आणणारा हा शेतकऱ्यांचा राजा आजही आदर्शभूत ठरावा. महाराजांच्या प्रयत्नांमुळेच पुढे हजारो एकर बागायत शेती तयार होऊन कोल्हापूरचा परिसर उसाच्या मळ्यांनी फुलून गेला. त्यातून तयार होणाऱ्या उत्तम प्रतीच्या गुळाने सर्व हिंदुस्थानभर नाव कमविले. महाराजांनी १९०५ मध्येच कोल्हापूरची गुळाची बाजारपेठ स्थापन केली. या बाजारपेठेने कोल्हापूर नगरी हिंदुस्थानच्या व्यापारी नकाशावर ठळकपणे आणली.

आज कोल्हापूर जिल्हा गुळाच्याच नव्हे, तर साखर उत्पादनाच्या क्षेत्रात महाराष्ट्रात आघाडीवर आहे. या सर्व प्रगतीचा पाया शाहू महाराजांनी रचला होता.

सहकाराच्या क्षेत्रातील महाराष्ट्रातील उद्योगधंद्याची पहिली पावले कोल्हापूरने शाहू महाराजांच्या नेतृत्वाखाली टाकली आहेत. सप्टेंबर १९०६ मध्ये महाराजांनी हिंदुस्थानातील सहकारी क्षेत्रातील पहिली सुताची व कापडाची गिरणी – 'श्री शाहू स्पिनिंग ॲन्ड विव्हिंग मिल' स्थापन केली. शेतमालावर आधारित असा हा उद्योग भावी उद्योगधंद्याचा पाया ठरला. आपल्या प्रजाजनांच्या शेतीच्या व उद्योगधंद्याच्या विकासाला गती मिळण्यासाठी महाराजांनी सन १९१२ मध्ये 'सहकारी कायदा' तयार केला व दुसऱ्याच वर्षी तो अमलात आणला. लवकरच कोल्हापूर शहरात व संस्थानातील ग्रामीण परिसरात सहकारी पतसंस्था व सहकारी बँका यांचे जाळे विणले गेले. आज कोल्हापूर जिल्हा सहकारी बँकेच्या क्षेत्रात महाराष्ट्रात आघाडीवर आहे.

शाहू महाराज आणि लेखक, संशोधक व विचारवंत

शेवटी ज्या कोल्हापूर मराठी साहित्य संमेलनाच्या निमित्ताने हा लेख सादर केला जातो आहे, त्या संदर्भात शाहू महाराजांच्या कालखंडात कोणकोणते लेखक, संशोधक व विचारवंत होऊन गेले त्याची नोंद घेणे उचित ठरेल. त्यांपैकी काहींनी महाराजांच्या कारकिर्दीत, तर काहींनी महाराजांच्या निधनानंतर ग्रंथनिर्मिती केली आहे. पण त्या सर्वांनाच महाराजांची प्रत्यक्ष अथवा अप्रत्यक्ष प्रेरणा अथवा साहाय्य मिळालेले होते. त्यांपैकी प्रमुखांची नावे घ्यायची झाली तर प्रो. बाळाजी प्रभाकर मोडक, प्रो. विष्णू गोविंद विजापूरकर, रावबहादूर द. ब. पारसनीस, शिवचरित्रकार कृष्णाजी अर्जुन केळुसकर, नाम. भास्करराव जाधव, प्रो. अण्णासाहेब लठ्ठे, रावबहादूर महादेव गणेश डोंगरे, प्रबोधनकार केशव सीताराम ठाकरे आणि प्राचार्य डॉ. बाळकृष्ण अशी देता येतील.

प्रो. मोडक हे महाराष्ट्रातील आद्य इतिहासकारांपैकी एक होत. 'कोल्हापूर प्रांताचा अर्वाचीन इतिहास - भाग १ व २', 'विजापूरच्या आदिलशाही घराण्याचा इतिहास', 'मोडक जंत्री' हे त्यांचे त्या

काळात गाजलेले ग्रंथ होते. प्रो. विजापूरकर हे राष्ट्रीय वृत्तीचे वृत्तपत्रकार व विचारवंत होते. त्यांच्या ग्रंथमालेस करवीर दरबारचे प्रथमपासून साहाय्य होते. पण वेदोक्त प्रकरणात प्रो. विजापूरकरांनी प्रतिगामी भूमिका स्वीकारल्यावर दरबारचे साहाय्य बंद झाले. विजापूरकरांच्या ग्रंथमालेत अनेक महत्त्वाचे ग्रंथ प्रकाशित झाले. इतिहासाचार्य वि. का. राजवाडे यांचे 'मराठ्यांच्या इतिहासाची साधने' या मालेतील प्रारंभीचे दोन खंड (दुसरा व तिसरा) कोल्हापुरात या ग्रंथमालेतच प्रसिद्ध झाले आहेत. खुद्द शाहू महाराज इतिहासाचे भोक्ते होते. आपल्या छत्रपती घराण्याच्या इतिहासाचे संशोधन व्हावे, अशी त्यांची इच्छा होती. त्या दृष्टीने त्यांनी सन १९०२ मध्ये त्या काळचे प्रसिद्ध इतिहाससंशोधक रावबहादूर द. ब. पारसनीस यांना आपल्याबरोबर कागदपत्रांचे संशोधन करण्यासाठी इंग्लडलाही नेले होते. करवीर राज्याच्या इतिहाससंशोधनाच्या संदर्भात रावबहादूर पारसनिसांच्या हातून काही कामगिरी पार पडली नाही; तथापि त्यामुळे महाराजांच्या प्रयत्नांचे मोल कमी होत नाही. महाराजांनी साहाय्य आणि प्रेरणा दिलेल्या दुसऱ्या एका इतिहासकाराने मात्र महाराजांची इच्छा पूर्ण केली. ते म्हणजे कृष्णाजी अर्जुन केळुसकर. त्यांनी मराठीतील पहिले विस्तृत 'शिवचरित्र' लिहिले. सत्यशोधक विचारवंत व नेते नाम. भास्करराव जाधव, प्रो. लट्ठे व रावबहादूर डोंगरे हे तर महाराजांचे अनुयायी होत. नामदार जाधव हे त्या काळचे मोठे विद्वान गृहस्थ होते. त्यांच्या ठिकाणी संशोधक वृत्ती होती. त्यांचा 'रामायणावर नवा प्रकाश' हा ग्रंथ त्या काळी मोठा गाजला. त्यांनी सत्यशोधक समाजाच्या कार्यप्रसारासाठीही 'घरचा पुरोहित' यासारखी अनेक ग्रंथनिर्मिती केली. रावबं. लट्ठे मोठे सत्यशोधकी विचारवंत व साहित्यिक होते. इंग्रजी व मराठी अशा दोन्ही भाषांत त्यांनी छत्रपती शाहू महाराजांचे विस्तृत चरित्र लिहिले आहे. ते आजही शाहूचरित्राचा अभ्यास करणाऱ्या संशोधकास मार्गदर्शक साधनग्रंथ म्हणून उपयोगी ठरते. रावब. डोंगरे महाराजांचे शिक्षणाधिकारी होते. त्यांनी 'भोसले कुलाचा वंशवृक्ष' संपादित केला. व्हॅलेन्टाइन चिरोलच्या गाजलेल्या 'Indian Unrest'चे त्यांनी महाराजांच्या प्रेरणेने भाषांतर केले. प्रबोधनकार ठाकरे यांच्यावर तर

महाराजांचा फार लोभ होता. त्यांचा 'कोदंडाचा टणत्कार अर्थात पुणे भारत इतिहास संशोधक मंडळास उलट सलामी' या पुस्तकाचे लिखाण त्या काळात मोठे खळबळजनक ठरले होते. प्रबोधनकारांनी 'रंगो बापूजी' वर चरित्रग्रंथ तयार करावा, अशी महाराजांची तीव्र इच्छा होती. मुंबईत मृत्युशय्येवर असता महाराजांनी प्रबोधनकारांना बोलावून आणून 'रंगो बापूजीचे चरित्र पुरे करेन' असे वचन घेतले होते! पुढे प्रबोधनकारांनी तो ग्रंथ लिहून महाराजांना दिलेले वचन पुरे केले. आर्यसमाजी विचारवंत, प्रकांड पंडित व थोर इतिहासकार डॉ. बाळकृष्ण ही शाहू महाराजांची निवड होती. याच डॉ. बाळकृष्णांनी पुढे छत्रपती शिवाजी महाराजांचे इंग्रजीत 'Shivaji the Great' या नावाने चार खंडांत विस्तृत चरित्र लिहिले; हे महाराष्ट्राच्या इतिहासलेखन क्षेत्रात फार मोठे योगदान मानले जाते.

...तर साम्राज्य स्थापन केले असते!

असे होते कोल्हापूरचे राजर्षी शाहू महाराज– एक मुलखावेगळा राजा! आधुनिक महाराष्ट्राच्या इतिहासात बडोद्याचे महाराजा सयाजीराव गायकवाड आणि कोल्हापूरचे राजर्षी शाहू महाराज या दोन राजांच्या कामगिरीस अनन्यसाधारण महत्त्व आहे. बडोद्याच्या मानाने शाहू महाराजांचे राज्य फार लहान, पण या लहान राज्यातही महाराजांनी आपल्या कर्तृत्वाने महान कामगिरी जगास दाखवून दिली. तत्कालीन महाराष्ट्राच्या समाजकारण, राजकारण, अर्थकारण, कृषक, कला, क्रीडा, साहित्य अशा सर्वच क्षेत्रांत या असामान्य राजाने आपल्या कारकिर्दीचा ठसा उमटविला. सामाजिक कार्यकर्त्यांचेच नव्हे, तर कलावंतांचे व विचारवंतांचे मोहोळ निर्माण केले; आणि स्वतः एक जबरदस्त शक्तिकेंद्र बनून, त्या सर्वांना प्रेरकशक्ती देत राहिले. असा हा 'लोकांचा राजा' ६ मे १९२२ रोजी अकाली पंचतत्त्वांत विलीन झाला. त्यांच्या लोकोत्तर कार्याकडे पाहून इंग्रज साम्राज्यशाहीचे हितसंबंध जपणाऱ्या 'टाइम्स ऑफ इंडियाला'ही उद्गार काढावे लागले– 'कोल्हापूरचे शाहू छत्रपती हे दुसऱ्या कालखंडात जन्माला आले असते तर त्यांनी साम्राज्य स्थापन केले असते!'

संदर्भ ग्रंथ

१. राजर्षी शाहू गौरव ग्रंथ

२. राजर्षी शाहू छत्रपती - एक समाजक्रांतिकारक राजा

३. राजर्षी शाहू : राजा व माणूस

४. श्रीमत् छत्रपती शाहू महाराज यांचे चरित्र

५. श्री शाहू महाराजांच्या आठवणी

राजर्षी शाहू छत्रपतींचा अभूतपूर्व जाहीरनामा

२६ जुलै १९०२ रोजी कोल्हापूरच्या राजर्षी शाहू छत्रपती महाराजांनी आपल्या राज्यातील प्रशासनिक सेवेतील ५० टक्के जागा राखीव करण्याचा ऐतिहासिक जाहीरनामा प्रसिद्ध केला. ही घटना अखिल हिंदुस्थानच्या सामाजिक इतिहासात युगप्रवर्तक मानली जाते.

तथापि, शाहू महाराजांनी असा जाहीरनामा काढणे म्हणजे ती केवळ त्यांची 'संस्थानी' लहर नव्हती किंवा त्यांना अचानक स्फुरलेली कल्पना नव्हती. त्यामागे कोल्हापूर राज्याचा ५० वर्षांचा इतिहास होता आणि १८९४ सालापासूनचे, महाराजांच्या राज्यारोहणाच्या कालापासूनचे, त्यांचे निरीक्षण व अनुभव उभे होते. तेव्हा या जाहीरनाम्याचे खरे ऐतिहासिक महत्त्व जाणून घ्यायचे झाले तर त्याची पार्श्वभूमी ध्यानात घ्यावी लागेल.

जाहीरनाम्याची पार्श्वभूमी

१९ व्या शतकाच्या प्रारंभी स्वतंत्र व सार्वभौम असणारे कोल्हापूरचे राज्य आस्ते आस्ते इंग्रजांच्या साम्राज्यसत्तेच्या प्रभावाखाली जाऊन ५०/६० वर्षांत एक मांडलिक संस्थान बनले. कोल्हापूरचे दुर्दैव असे की शाहूपूर्व अर्धशतकाहून अधिक काळ येथे अल्पवयीन राजांच्या राजवटी झाल्या. त्यामुळे इंग्रजांनी नेमलेल्या दिवाण, रीजंट अथवा कौन्सिल यांच्याच हातात कोल्हापूरचा कारभार राहिला. आपला राजा गादीवर बसून खरेखुरे राज्य करतो आहे, असे दृश्य कोल्हापूरच्या प्रजाजनांनी पन्नास वर्षे पाहिलेच नव्हते. त्यांच्या दृष्टीने हे अर्धशतक म्हणजे एक

काळोखे पर्वच ठरले होते.

विशेषतः शाहूपूर्व काळातील दिवाण बर्व्यांची कारकीर्द त्यांच्या अनेक कृष्णकृत्यांनी गाजली. शाहू महाराजांचे दत्तक पिता चौथे शिवाजी महाराज यांचा मानसिक छळ व त्यातून त्यांची अहमदनगर येथील बंदिवासात झालेली हत्या, अशा सर्व महाराष्ट्राला थरारून सोडणाऱ्या घटना याच काळात घडल्या. हतभागी चौथ्या शिवाजी महाराजांचा कैवार घेणाऱ्या 'केसरी'च्या टिळक-आगरकर या संपादकांना याच बर्वे प्रकरणात शिक्षा भोगावी लागली.

बर्वे उद्दाम व उन्मत्त नोकरशहा होते. तसेच ते आपल्या चित्पावन जातीचे कडवे अभिमानी होते. त्यांनी आपल्या कारकिर्दींत मामलेदारापासून सामान्य शिपायापर्यंत, ब्राह्मणांची विशेषतः चित्पावन ब्राह्मणांची, भरती केली होती. बर्वे १८८४ मध्ये आपल्या पदावरून गेले; आणि त्यांच्या जागी मेहरजी तारापूरवाला हे पारशी गृहस्थ आले. त्यांनी पारशी लोकांची भरती सुरू केली. संस्थानच्या एक्झिक्युटिव्ह इंजिनियर, दरबार-सर्जन अशा उच्च पदांवर इंग्रज लोकच मक्तेदारीने बसले होते.

परिणामी, शाहू महाराजांच्या राज्यारोहणाच्या वर्षी (सन १८९४) कोल्हापूर दरबारच्या ७१ अधिकाऱ्यांपैकी ६० ब्राह्मण होते व ११ इतरेजन होते. तसेच खासगी खात्यातील ५२ अधिकाऱ्यांपैकी ४५ ब्राह्मण होते व ७ इतरेजन होते. या इतरेजनांत कोण होते? तर इंग्रज, हिंदी-ख्रिश्चन, पारशी व प्रभू मंडळी होती. याचा अर्थ ज्यांचे हे राज्य आहे असे समजले जात होते, त्या 'मराठ्यां'ना कोल्हापूरच्या कारभारात काहीच स्थान नव्हते, अधिकार नव्हता; मग इतर ब्राह्मणेतर जातींविषयीचा प्रश्नच नाही!

शिक्षणात ज्यांची मक्तेदारी होती, त्यांनीच आता अशा प्रशासनिक अधिकाराच्या जागा आपली मिरासदारी म्हणून तयार केल्या होत्या. शिकलेल्या लोकांत ब्राह्मण सुमारे ८० टक्के होते, आणि राहिलेल्या सुमारे २० टक्क्यात मराठा, जैन, लिंगायत, मुसलमान इत्यादी लोक मोडत होते.

शाहू महाराजांनी आपल्या संस्थानातील वरिष्ठ वर्गांची मक्तेदारी मोडायचे ठरविले. त्या दृष्टीने त्यांनी राज्याधिकार प्राप्त होताच नवे प्रशासन मंडळ स्थापन केले आणि त्याबरोबर 'हुजूर ऑफिस' या एका

नव्या महत्त्वाच्या खात्याची निर्मिती करून त्यावरील प्रमुख म्हणून आपले गुरू रावसाहेब रघुनाथ व्यंकोजी सबनीस यांना नेमले. प्रभू समाजातील सबनिसांच्या या नेमणुकीने ब्राह्मणी मक्तेदारीस पहिला सुरुंग लावला गेला. दुसरा सुरुंग भास्करराव विठोजी जाधव यांच्या 'सरसुभे' या पदावरील नेमणुकीने लावला गेला. लवकरच दाजीराव विचारे या सुविद्य मराठा तरुणाची एक्झि. इंजिनिअर म्हणून नेमणूक झाली.

अशा प्रकारे कोल्हापुरात प्रशासनातील ब्राह्मणी मक्तेदारीचे बुरूज ढासळत असताना १८९९ मध्ये पंचगंगेच्या काठावर 'वेदोक्त' प्रकरणाचा स्फोट झाला. कोल्हापूरच्या ब्रह्मवृंदाने शिवछत्रपतींच्या वंशजास, शाहू छत्रपतींना, 'शूद्र' ठरवून त्यांनी वेदोक्ताचे अधिकार नाकारले. पुढे दिवसानुदिवस वेदोक्ताचा वणवा भडकतच चालला. वाई, पुणे यांसारख्या ब्राह्मणी संस्कृतीच्या बालेकिल्ल्यांनी कोल्हापूरच्या ब्रह्मवृंदाची पाठराखण सुरू केली. दुर्दैवाने लो. टिळकांनी आपल्या ज्ञातिबांधवांना आवर घालण्याऐवजी त्यांचे नेतृत्व केले. त्यामुळे तर कोल्हापुरातील ब्रह्मवृंद अधिकच चेतवला गेला. उभय पक्षी हल्ले-प्रतिहल्ले सुरू झाले. महाराजांचे सेवक राजोपाध्ये यांनी राजवाड्यातील धार्मिक विधी वेदोक्त पद्धतीने करण्यास चक्क नकार दिला. परिणामी, महाराजांनी राजोपाध्यांचे ३० हजार उत्पन्नाचे इनाम सरकारजमा करून टाकले!

२६ जुलैचा अभूतपूर्व जाहीरनामा

कोल्हापुरात अशा प्रकारे सामाजिक असंतोष खदखदत असता शाहू महाराजांना सातव्या एडवर्ड बादशहाच्या राज्यारोहण समारंभासाठी इंग्लंडला जावे लागले. इंग्लंडच्या या दौऱ्यातही त्यांच्या डोक्यात कोल्हापूर संस्थानातील सामाजिक संगराविषयीचे विचार थैमान घालत होते. परिणामी राज्यारोहण समारंभ पार पडल्यावर युरोपच्या दौऱ्यावर असतानाच कोल्हापूर संस्थानातील मागासलेल्या वर्गाच्या जन्नतीसाठी त्यांनी एक अभूतपूर्व असा जाहीरनामा प्रसिद्ध केला. २६ जुलै १९०२. करवीर सरकारच्या गॅझेटमध्ये त्या दिवशी प्रसिद्ध झालेला जाहीरनामा असा होता :

'सध्या कोल्हापूर संस्थानमध्ये सर्व वर्णांच्या प्रजेस शिक्षण देण्याबद्दल

व त्यास उत्तेजन देण्याबद्दल प्रयत्न केले आहेत. परंतु सरकारच्या इच्छेप्रमाणे मागासलेल्या लोकांच्या स्थितीत सदरहू प्रयत्नांस जितके यावे तितके यश आले नाही, हे पाहून सरकारास फार दिलगिरी वाटते

'या विषयाबद्दल काळजीपूर्वक विचारांती सरकारांनी असे ठरविले आहे की यशाच्या या अभावाचे खरे कारण उच्च प्रतीच्या शिक्षणास मोबदले पुरेसे विपुल दिले जात नाहीत, हे होय.

'त्या गोष्टीस काही अंशी तोड काढण्याकरिता व उच्च प्रतीच्या शिक्षणापर्यंत महाराज सरकारच्या प्रजाजनांपैकी मागासलेल्या वर्गांनी अभ्यास करावा, म्हणून उत्तेजन दाखल आपल्या संस्थानच्या नोकरीचा आजपर्यंत चालू असल्यापेक्षा बराच मोठा भाग या लोकांकरिता निराळा राखून ठेवणे हे इष्ट होईल, असे सरकारांनी ठरविले आहे.

'या रीतीस अनुलक्षून महाराज सरकार असा हुकूम करतात की, हा हुकूम पोहोचल्याच्या तारखेपासून रिकामे झालेल्या जागांपैकी शेकडा पन्नास जागा मागासलेल्या लोकांस भराव्यात. ज्या ऑफिसमध्ये मागासलेल्या वर्गांच्या अंमलदारांचे प्रमाण सध्या शेकडा पन्नासपेक्षा कमी असेल, तर पुढची नेमणूक या वर्णातील व्यक्तींची करावी.

'या हुकूमाच्या प्रसिद्धीनंतर केलेल्या सर्व नेमणुकांचे तिमाही पत्रक - प्रत्येक खात्याच्या मुख्यांनी सरकारांकडे पाठवावे.'

'सूचना – मागासलेल्या वर्णांचा याचा अर्थ- ब्राह्मण, परभू, शेणवी, पारशी व दुसरे पुढे गेलेले वर्ण खेरीज करून सर्व वर्ण असा समजावा.'१

महाराजांचे चरित्रकार धनंजय कीर यांनी त्याचे वर्णन 'नवीन युगाच्या आगमनाची घोषणा करणारा अग्रदूत' अशा यथार्थ शब्दांत केले आहे!

जाहीरनाम्यासंबंधी विरोधकांच्या प्रतिक्रिया

पण या नव्या युगाच्या अग्रदूताचे आगमन एखाद्या बॉम्बस्फोटाप्रमाणे महाराष्ट्रातील, विशेषतः कोल्हापुरातील ब्रह्मवृंदास भासले. त्यांच्या धर्मकारणातील वर्चस्वास शह दिला गेला होताच, आता त्याबरोबर त्यांच्या ऐहिक वर्चस्वासही महाराजांनी शह द्यायचे ठरविले होते. म्हणूनच विद्येत मागासलेल्यांना संजीवनी वाटणारा हा जाहीरनामा कोल्हापुरातील ब्रह्मवृंदाला मृत्युघंटेच्या निनादाप्रमाणे वाटल्यास नवल नव्हते.

हा जाहिरनामा पाहून कोल्हापूरच्या ब्रह्मवृंदाचे मार्गदर्शक प्रो. विष्णू गोविंद विजापूरकर यांच्या तळपायाची आग मस्तकास गेली होती. आपल्या 'समर्थ' नावाच्या वृत्तपत्रात हा जाहिरनामा 'मृत्युलेखात टाकतात तशी काळी चौकट टाकून छापण्याचा विचार होता, पण तो सोडून देण्यासाठी आपणास फार संयम दाखवावा लागला, ' असे म्हणून, 'कोल्हापूर संस्थानातील ब्राह्मणांच्या वाजवी आकांक्षांना मूठमाती मिळाली असल्याने, या अभूतपूर्व परिपत्रकाला मृत्युलेखाचा सन्मान देणे योग्य ठरले असते,' असा जळफळाट त्यांनी व्यक्त केला होता.

लो. टिळकांनाही महाराजांच्या या 'असंमजस' कृत्याचा अत्यंत संताप येऊन त्यांचा 'बुद्धिभ्रंश' झाल्याचे त्यांनी म्हटले आहे. ते लिहितात,

'ही कोटी भ्रामक आणि घातक आहे व त्यापासून ब्राह्मणांचे नव्हे, तर संस्थानचेच अधिक नुकसान होण्याचा संभव आहे. रिकाम्या झालेल्या निम्म्या जागांवर ज्या मागासलेल्या जातीतील लोकांची नेमणूक करायची म्हणजे त्यांची योग्यता पाहावयाची की नाही?.. मागासलेल्या व पुढारलेल्या जातींमध्ये अशा प्रकारची आवडनिवड करून देशाचे हित किंवा संस्थानचे कल्याण होईल, असा जो महाराजांचा समज झाला आहे तो गैरमुत्सद्दीपणाचा व असमंजस होय; किंबहुना हे बुद्धिभ्रंशाचेच लक्षण आहे, असे आम्ही समजतो.'

समर्थ व केसरी यांच्याप्रमाणेच नेटिव ओपिनियन, कल्पतरू, प्रेक्षक इत्यादी अन्य ब्राह्मणी वृत्तपत्रांनीही महाराजांच्या राखीव जागांच्या धोरणावर प्रखर हल्ले चढविले होते.

'मराठा' हे लो. टिळकांचे दुसरे वृत्तपत्र (इंग्रजी) होते. त्यातूनही टीकास्त्र सोडण्यात आले. प्रशासनातील ५० टक्के जागा मागासवर्गीयांसाठी राखीव करून महाराजांना आपल्या 'मराठा' जातभाईंना कारभारात प्राधान्य द्यायचे आहे, असा त्यांच्यावर उघड आरोप करण्यात आला. महाराजांनी या जाहिरनाम्याने 'राज्यकारभारात जातीय प्रश्न घुसडल्याचे' आरोप करून 'मराठा'ने म्हटले होते, 'मराठा संस्थानिकांनी आपल्या जातभाईंना शिक्षण देण्याच्या बाबतीत हजारो रुपये खर्च केले तरी त्याला 'मराठा' पत्राचा विरोध नाही. तथापि एकाच जातीच्या उन्नतीसाठी प्रयत्न करणे याला आपला विरोध आहे.'२

वास्तविक कोल्हापूर संस्थानात 'मराठा' जातीचे लोक बहुसंख्य असले तरी मुसलमान, जैन, लिंगायत समाजाचे लोक लक्षणीय संख्येने होते व त्यांचे शिक्षणाचे प्रमाणही जवळपास मराठ्यांच्या इतकेच होते. अशा परिस्थितीत महाराजांच्या जाहीरनाम्याचा फायदा उपरोक्त सर्व ब्राह्मणेतर जातींना मिळणार होता. पण तो एकट्या मराठा जातीलाच मिळेल, अशी महाराजांवर पक्षपातीपणाचा आरोप करणारी टीका ब्राह्मणी वृत्तपत्रांनी सुरू केली होती. ही टीका करताना ते वस्तुस्थितीकडे दुर्लक्ष करीत होते की, कोल्हापूर संस्थानच्या फक्त ३ टक्के लोकसंख्या असलेल्या पुढारलेल्या जातींना (त्यातही विशेषतः ब्राह्मण मुख्य) महाराजांनी ५० टक्के जागा अद्यापही राखून ठेवल्या होत्या आणि उरलेल्या ५० टक्के जागा ९७ टक्के असलेल्या बहुजन समाजासाठी दिलेल्या होत्या.

पण वरिष्ठ वर्ग म्हणून समजल्या जाणाऱ्या ब्राह्मण वर्गाचे खरे दुखणे हे होते की प्रशासनातील त्यांच्या आजपर्यंतच्या पूर्ण मक्तेदारीस व तदानुषंगिक सामाजिक व ऐहिक वर्चस्वास या जाहीरनाम्याने शह दिला जाणार होता. आणि सर्वांत मोठा धोका पुढेच होता. तो असा की उद्या सार्वभौम इंग्रज सरकारनेही ब्राह्मणांच्या मार्गात खोडा घालण्यासाठी आणि ब्राह्मणेतर जातींना आपल्या बाजूस वळविण्यासाठी अशाच प्रकारचे राखीव जागांचे धोरण स्वीकारले तर? इंग्रज सरकार राजकीय चळवळ करणाऱ्या ब्राह्मण वर्गास आपले शत्रू मानत होते; आणि शत्रूचा शत्रू तो आपला मित्र या राजनीतीला अनुसरून असे घडणे अशक्य नव्हते.

शाहू छत्रपतींच्या जाहीरनाम्याचे अन्वयार्थ

तथापि ब्राह्मण वर्गास इंग्रज प्रशासनासंबंधी जी भीती वाटत होती, तसे घडले नाही. इंग्रजांनी आपल्या प्रशासनात मागासलेल्या वर्गासाठी राखीव जागांचे धोरण स्वीकारले नाही. तसे ते स्वीकारले असते तर ब्राह्मणांच्या सामाजिक व ऐहिक वर्चस्वास मोठा शह बसला असता. शाहू महाराजांच्या जाहीरनाम्यातील ५० टक्के नाही, पण १५/२० टक्के जरी जागा इंग्रजांनी राखीव ठेवल्या असत्या तरी तत्कालीन सामाजिक अभिसरणास मोठी गती प्राप्त झाली असती. पण इंग्रज जरी ब्राह्मण वर्गास आपले शत्रू मानत असले तरी त्यांच्या देशातील

स्वातंत्र्यचळवळीस आणि प्रशासनात असणाऱ्या बलिष्ठ स्थानामुळे त्यांना ते वचकून होते. राखीव जागांचे धोरण स्वीकारून ब्राह्मण वर्गाच्या असंतोषाला व रोषाला सामोरे जाण्याचे धैर्य त्यांच्याजवळ नव्हते. मग हिंदुस्थानातील इतर संस्थानिकांजवळ ते असणे ही अशक्य कोटीतील गोष्ट होती. पण शाहू महाराजांकडे असे धैर्य होते. इंग्रजांना विद्येत मागासलेल्या लोकांबद्दल विशेष प्रीती असण्याचे प्रयोजन नव्हते; शाहू महाराजांना ते होते. कारण विद्येत मागासलेल्या लोकांचा उद्धार करण्याचे व्रत त्यांनी घेतले होते.

जे काम सार्वभौम इंग्रज सरकारने केले नाही, ते पुढे डॉ. आंबेडकरांनी स्वतंत्र भारताच्या राज्यघटनेच्या माध्यमातून अमलात आणले. डॉ. बाबासाहेबांनी म. फुले व राजर्षी शाहू छत्रपती यांच्या विचारांचा व कृतींचा वारसा पुढे चालविला होता. सुदैवाने त्यांच्यासारख्या समाजक्रांतिकारकाकडे व प्रकांड कायदेपंडिताकडे घटनानिर्मितीचे कार्य सोपविले गेले. याच घटनेच्या मूलभूत अधिकारांच्या कलम नं. १५ अव्यये प्रशासकीय सेवांमध्ये मागासवर्गीयांकरिता 'नियुक्ती व पदे' राखून ठेवण्याचा अधिकार राज्यास दिला गेला. घटनेतील मार्गदर्शक तत्त्वांमध्ये मागासवर्गीयांच्या हिताचे संवर्धन करण्यासाठी कलम नं. ४६ अंतर्भूत केले गेले.

हे कलम म्हणते :

'राज्य हे दुर्बलेतर जनवर्ग, विशेषतः अनुसूचित जाती व अनुसूचित जनजाती यांचे विशेष काळजीपूर्वक शैक्षणिक व आर्थिक हितसंवर्धन करील आणि सामाजिक अन्याय व आर्थिक हितसंवर्धन करील आणि सामाजिक अन्याय व सर्व प्रकारचे शोषण यापासून त्यांचे संरक्षण करील.'

याशिवाय घटनेतील इतर अनेक कलमे अनुसूचित जाती-जमातीच्या हिताच्या संरक्षणाची हमी देत आहेत.

घटनेतील या महत्त्वाच्या कलमांच्या आधारावरच पुढे घटनेतील कलमांच्या दुरुस्त्याही कराव्या लागल्या. त्यामध्ये अनुसूचित जाती-जमातींबरोबरच 'सामाजिक व शैक्षणिक दृष्ट्या मागासलेल्या कोणत्याही वर्गाचा' समावेश राखीव जागांच्या संदर्भातील यादीत केला गेला.

१९८० मध्ये आलेला व यथावकाश भारत सरकारने स्वीकारलेला

'मंडल आयोग' ही या प्रक्रियेतीलच पुढची पायरी आहे. मंडल आयोगाने अनुसूचित जाती-जमातींखेरीज असणाऱ्या अन्य मागासवर्गीयांसाठी राखीव जागांची तरतूद केली. अशा मागासवर्गीय जातींची देशातील संख्या साडेतीन हजारांहून अधिक असून, ती एकूण लोकसंख्येच्या ५२ टक्के आहे. मंडल आयोगाने त्यांना २७ टक्के जागा दिल्या आहेत.

त्यानंतर ७३वी आणि ७४वी घटनादुरुस्ती आली – (१९९४). त्या अन्वये स्थानिक स्वराज्य संस्थांमधील ३३ टक्के जागा महिलांसाठी राखीव ठेवल्या गेल्या. त्याचा दृश्य परिणाम आता सर्व स्थानिक स्वराज्य संस्थांमध्ये आपण पाहतच आहोत.

राखीव जागांच्या इतिहासातील हे स्वातंत्र्योत्तर काळातील प्रमुख टप्पे आहेत. त्यामुळे केवळ अनुसूचित जाती-जमातीच नव्हे, तर शेकडो मागासवर्गीय जातींच्या उन्नतीचा मार्ग खुला झाला आहे. बरोबर १०० वर्षांपूर्वी कोल्हापूरच्या शाहू छत्रपतींनी हे स्वप्न पाहिले होते. ते स्वतंत्र भारतात अथक प्रयत्नांनी साकार झाले. आज सर्व लोकशाहीवादी व समतावादी पक्षांनी व विचारवंतांनी मागासलेल्या लोकांच्या उद्धाराचे हे सूत्र स्वीकारले आहे, यात नवल नाही. पण १०० वर्षांपूर्वी कोणाच्या ध्यानीमनी न येणारे पाऊल उचलून शाहू छत्रपतींनी हे सूत्र खास हुकूम काढून जाहीर केले व त्याची अंमलबजावणी केली, ही मात्र भारताच्या इतिहासातील एक अचंबित करणारी घटना आहे.

संदर्भ ग्रंथ

१. Rajarshi Shahu Chhatrapati Papers, Vol. No. IV, pp.-91-92
२. राजर्षी शाहू स्मारक ग्रंथ, पृ. ६२

मागासवर्गीयांचा मुक्तिदाता :
लोकराजा शाहू छत्रपती

गेली शेकडो वर्षे हिंदू धर्माने व हिंदू समाजातील वरिष्ठ वर्णांनी ज्या शूद्रातिशूद्र जाती-जमातींना बौद्धिक, सामाजिक व आर्थिक गुलामगिरीत बद्ध केले होते, त्यांच्या वतीने बंडाचा पहिला पुकारा महाराष्ट्रात म. जोतिराव फुले यांनी केला. त्यांनी 'सार्वजनिक सत्यधर्मा'ची स्थापना करून उपरोक्त गुलामगिरीतून आपली सुटका करून घेण्याचा मार्ग शूद्रातिशूद्रांना दाखविला.

१८९० मध्ये त्यांचे निर्वाण झाले; आणि त्यानंतर काही काळ त्यांनी सुरू केलेले समाजक्रांतीचे कार्य थंड पडते की काय, अशी परिस्थिती निर्माण झाली. पण नेमके याच वेळी कोल्हापूरच्या शाहू छत्रपती महाराजांनी म. फुले यांच्या क्रांतीची मशाल हाती धरून महाराष्ट्रातील समस्त शूद्रातिशूद्र समाजास दिलासा दिला आणि आपल्या विचाराने व कृतीने त्यांच्या आत्मोन्नतीच्या वाटाही खुल्या केल्या.

हिंदू समाजातील जवळजवळ ९७ टक्के समाज हा शूद्रातिशूद्रांनी बनला होता. उच्चवर्णीय मराठे स्वतःला क्षत्रिय समजत असले तरी पुढारलेल्या ब्राह्मण वर्गाच्या दृष्टीने ते शूद्रच होते. याचा अर्थ मूठभर ब्राह्मण सोडल्यास राहिलेला सर्व हिंदू समाज हा शूद्रातिशूद्रांचाच बनला होता. हा सर्वच समाज मागासवर्गीय मानला गेला होता; आणि ती वस्तुस्थितीही होती.

शिक्षण ही सर्व सुधारणांची गुरुकिल्ली

कमालीचे दारिद्र्य, अज्ञान व धार्मिक अंधश्रद्धा यांनी ग्रासलेल्या या मागासलेल्या समाजाच्या हीनावस्थेच्या मुळाशी 'अविद्या' हे मुख्य कारण होते आणि म्हणूनच म. फुले यांच्याप्रमाणे शाहू महाराजांनी 'विद्या' म्हणजेच 'शिक्षण' ही सर्व सामाजिक सुधारणांची गुरुकिल्ली मानली. मानवमुक्तीचा तो एक मार्ग मानला गेला.

परिणामी शाहू महाराजांनी आपल्या राज्यातील मागासलेल्या जातींसाठी, विशेषतः अस्पृश्य मानल्या गेलेल्या वर्गासाठी, प्राथमिक तसेच उच्च शिक्षणाच्या विविध सुविधा निर्माण केल्या. कोल्हापुरात प्रत्येक जातीसाठी त्यांनी वसतिगृहे तर स्थापन केलीच, शिवाय तमाम मागासवर्गीयांसाठी प्राथमिक शिक्षण मोफत व सक्तीचे करून त्यांच्यासाठी विद्येची कवाडे खुली केली. खास वर्ग व शिष्यवृत्या ठेवून मुलींच्या शिक्षणास उत्तेजन दिले. या सर्व उपक्रमांमुळे शिक्षणाच्या क्षेत्रातील वरिष्ठ वर्णाच्या मक्तेदारीस शह दिला गेला.

शासकीय सत्तेत सहभाग

राजा राज्य करित असला तरी तो आपल्या अधिकाराची अंमलबजावणी आपल्या अधिकाऱ्यांच्या मार्फतच करित असतो. याचा अर्थ शासकीय सत्तेत या अधिकाऱ्यांचा मोठा सहभाग असतो. कोल्हापूर राज्यातील सरकार-दरबारच्या नोकऱ्यांत पिढ्या नु पिढ्या वरिष्ठ वर्गाची मक्तेदारी होती. अशी मक्तेदारी म्हणजे सामाजिक पिळवणुकीचे एक साधनच बनले होते.

वरिष्ठ वर्गाच्या या मिरासदारीला आपल्या राज्यातच नव्हे, तर देशात पहिला जबरदस्त धक्का शाहू महाराजांनी दिला. १९०२ मध्ये आपल्या राज्यातील सर्व सरकारी व खासगी नोकरींच्या जागा मागासलेल्या वर्गासाठी ५० टक्के राखीव केल्याचा जाहीरनामा त्यांनी प्रसिद्ध केला. ब्राह्मण, प्रभू, शेणवी, पारसी असे प्रगत वर्ग सोडून बाकीचे सर्व मागासलेले समजले गेले. त्यामध्ये सामाजिक व आर्थिक मागासलेपण हा मुख्य निकष होता.

पुढच्या २० वर्षांत महाराजांनी आपल्या या राखीव जागांच्या धोरणांची अंमलबजावणी केली. राज्यारोहणाच्या वेळी म्हणजे १८९४

मध्ये सरकारी नोकऱ्यांतील मागासलेल्या वर्गाचे प्रमाण अवघे ५.६३ टक्के होते ते १९२२ मध्ये ६२.११ टक्क्यांवर गेले. महाराजांनी आपल्या राज्याच्या शासकीय सत्तेत मागासवर्गीयांचा सहभाग वाढवून वरिष्ठ वर्गाच्या मक्तेदारीस असा दुसरा शह दिला.

व्यावसायिक स्वतंत्रता प्रदान

समाजातील वकिलीसारखे प्रतिष्ठित व्यवसाय वरिष्ठ वर्गाने आपली मक्तेदारी बनविले होते. शाहू महाराजांनी मराठे, तत्सम जाती, महार, मांग, चांभार आदी मागासवर्गीय समाजातील सुशिक्षितांना वकिलीच्या सनदा दिल्या आणि या प्रतिष्ठित व्यवसायाची द्वारे त्यांच्यासाठी खुली केली. या संदर्भात महाराज म्हणतात :

'मॅट्रिक झालेले अगर इंग्रजी चांगले शिकलेले महार, मांग वरिष्ठ दर्जाच्या धंद्यात आणताच ब्राह्मणी समाज खवळून गेला. तेच महार, मांग, ख्रिश्चन झाले असते तर माझे कृत्य टीकेस पात्र झाले नसते. ज्या महार-मांगास मी वकिलीच्या सनदा दिल्या, त्यांच्यापेक्षा विद्येने व अकलेने फार कमी अशा पुष्कळ वरिष्ठ जातींच्या लोकांस कित्येक देशी संस्थानांतून वकिलीच्या सनदा देण्यात येतात, त्याबद्दल मात्र समाजास काही कमीपणा वाटत नाही... अशा वकिलीच्या सनदा देण्यात माझा हेतू एवढाच आहे, की जे धंदे अस्पृश्य वर्गास रूढीने, कायद्याने अगर दडपशाहीने बंद झालेले आहेत, ते त्यास मोकळे करून द्यावेत व त्यांची स्थिती सुधारून त्यांच्यात आपण इतर माणसांच्या बरोबरीचे आहोत, असा आत्मविश्वास निर्माण करावा.'[१]

अशा प्रकारची व्यावसायिक स्वतंत्रता महाराजांनी खेड्यापाड्यांतील नाभिक, सुतार, लोहार इत्यादी बलुतेदारांनाही बहाल केली. खेड्यांतील बलुतेदार पद्धती म्हणजे एक सामाजिक गुलामगिरीचा व पिळवणुकीचाच प्रकार होता. सुताराने सुतारकीच किंवा लोहाराने लोहारकीच करण्याचे बंधन समाजाने घातले होते. या जातींमधील कोणी व्यवसायाचा अन्य मार्ग शोधला तर त्या जातीच्या दृष्टीनेच नव्हे, तर सर्व समाजाच्या दृष्टीने तो गुन्हा मानला जात होता!

अशा जातिनिष्ठ कर्माची बंधने जोवर नष्ट होत नाहीत, तोवर या जातींचा उद्धार होणार नाही, हे जाणून शाहू महाराजांनी १९१८ मध्ये

खेड्यापाड्यांतील 'बैतेबलुती' पद्धतीच एका हुकमाने नाहीशी करून टाकली. त्या अन्वये रयत लोकांनी 'कारूनारू'पासून जी चाकरी करून घ्यायची असेल, ती रोख मोबदला देऊन घ्यावी; तसेच बलुतेदारांवर त्यांच्या धंद्याची सक्ती करता येणार नाही; इतर कोणताही धंदा-उद्योग करण्यास ते मुक्त आहेत, असे जाहीर करण्यात आले.[२] अशा प्रकारे खेड्यांतील एका मोठ्या मागास समाजास महाराजांनी व्यावसायिक स्वतंत्रता दिली.

महारांची वेठबिगारीतून मुक्तता

तसे पाहिले तर महार हा गावचा 'वतनदार'. पण हे वतन म्हणजे पाटील- कुलकर्णीसारखे प्रतिष्ठेचे वतन नव्हते. कुलकण्र्यांच्या पाचवीला लेखणी पुजली जात असे; पण महारांच्या पाचवीला गावची सेवाचाकरी व वेठबिगारीची गुलामगिरी पुजली जात असे. त्याच्या वतनास जमीन असे; पण हा वतनी तुकडा त्यास वर्षाचे सोडा, पण महिन्याभराचे पोट चालेल इतकेही उत्पन्न देत नव्हता. पण वतनाचा महिमाच असा होता की, हे गुलामगिरीचे वतन खुद् महारच सोडावयास तयार नव्हते. कारण वतन गेले तर आहे हीही जमीन जाणार होती.

महार समाजाला अशा प्रकारे पिढ्या न् पिढ्या गुलामीत जखडून ठेवणारे 'महार वतन' खालसा करण्याचा निश्चय करून शाहू महाराजांनी १८ सप्टेंबर १९१८ रोजी खास जाहीरनामा काढला. त्या अन्वये महार वतन खालसा होऊन महारांच्या वतनी जमिनी सरकारजमा न करता त्या 'रयतावा' केल्या गेल्या. अस्पृश्यांच्या दास्यविमोचनाच्या इतिहासातील तो सोन्याचा दिवस होता! कोल्हापूर राज्यातील महार आता इतर रयताप्रमाणे 'स्वतंत्र प्रजाजन' बनला होता. त्याची वेठबिगारी म्हणजे वतनी गुलामगिरीही नाहीशी झाली होती.

महाराची गावकीची कामे आता महाराज पगारी नोकर ठेवून करून घेऊ लागले. त्यामुळे स्वाभाविकच सरकारी खजिन्यावर ताण पडला. मग दरबारी अधिकारी तक्रार करू लागले. तेव्हा महाराजांनी उत्तर दिले, ''माझा खजिना या बाबतीत रिता झाला तरी मला त्याची पर्वा नाही! पण माणसाला माणुसकीपासून वंचित करणारी ही रूढी मला मोडायची आहे.''[३]

शाहू महाराजांनी महार वतन खालसा केल्याच सर्वांत जास्त आनंद झाला तो डॉ. बाबासाहेब आंबेडकरांना. महारांनी या वतनाचा आपणहून त्याग करावा अथवा सरकारने ते खालसा करावे, म्हणून त्यांची आग्रहाची मागणी होती. पुढे मुंबई सरकारच्या कायदेमंडळात महार वतन खालसा करावे म्हणून डॉ. आंबेडकरांनी १९२८-४० च्या दरम्यान तीन वेळा प्रयत्न केला; पण त्यात त्यांना प्रतिगाम्यांच्या विरोधामुळे यश आले नाही. काही कालाने देश स्वतंत्र झाल्यावर खेर सरकार, त्यानंतर मोरारजीभाई सरकार आले. पण त्यांच्याकडून हे कार्य झाले नाही. शेवटी १९५८ मध्ये शाहू महाराजांचा वारसा सांगणाऱ्या यशवंतराव चव्हाणांनी हे महार वतन खालसा केले!

'हजेरी'च्या अमानुष पद्धतीतून मुक्तता

काही कनिष्ठ समजल्या गेलेल्या जातींना त्या 'जन्मजात गुन्हेगार' समजून त्यांच्यावर सरकारातून 'हजेरी'ची सक्ती केली जात असे. हजेरी म्हणजे त्या व्यक्तीने सकाळ-संध्याकाळ गावचावडीत जाऊन हजेरी द्यायची. ही अत्याचारी पद्धत पाहून शाहू महाराजांचे हृदय द्रवले आणि त्यांनी एका हुकमाने ही रूढी बंद करून टाकली. त्या अन्वये महार, मांग, रामोशी व बेरड या चार जातींची हजेरी बंद करण्यात आली.

१९२० च्या माणगाव परिषदेत आपण ही अमानुष पद्धत का बंद केली याची मीमांसा करताना महाराजांनी म्हटले आहे, 'हजेरी असल्यामुळे या गरीब लोकांवर गावकामगार व इतर ऑफिसर्सचा फारच जुलूम होत होता. म्हणजे गावामध्ये बारा आणे मजुरीचा दर असला तरी गैरहजेरीची भीती घालून त्या गरीब लोकांकडून अधिकारी लोक फुकट काम करून घेत होते. फार झाले तर त्यांच्या पोटाला म्हणून काही तरी थोडेसे देत होते. गुलामगिरीपेक्षासुद्धा या विसाव्या शतकात अशी गुलामगिरी चालली आहे. ज्यांना ही हजेरी होती त्यांना त्याप्रमाणे आपल्याजवळचे आप्त-इष्ट, पैपाहुणे कोणी आजारी पडल्यास त्यांना ताबडतोब भेटता येत नव्हते. कित्येक प्रसंगी तशी भेट न होताच ते मरतही होते. मी असे प्रत्यक्ष पाहिले आहे की कित्येक वेळा लहान आजारी मुलांच्या आयांना व बापांना वेळी-अवेळी जबरदस्तीने वेठीस धरून नेल्यामुळे ती लहान आजारी मुले त्यांच्याकडे लक्ष देण्यास कोणीच नसल्याने त्यांचे आई-

बाप परत आल्यावर ती मेलेली त्यांना सापडली आहेत. यापेक्षा जास्त जुलूम काय असायचा?...'४

अस्पृश्यता निवारणाचे जाहीरनामे

मागासलेल्या जातींच्या, विशेषतः अस्पृश्य समाजाच्या मुक्तिकार्यातील शाहू महाराजांचे सर्वांत क्रांतिकारी पाऊल म्हणजे त्यांनी आपल्या राज्यात १९१९ मध्ये अमलात आणलेला अस्पृश्यता निवारणाचा कायदा. याच वर्षी महाराजांनी एकामागून एक असे जाहीरनामे काढून राज्यातील प्रशासनाची विविध खाती, सार्वजनिक दवाखाने, शाळा, धर्मशाळा, विश्रामगृहे, सरकारी अन्नछत्रे व सार्वजनिक पाणवठे, विहिरी इत्यादी ठिकाणी 'कोणत्याही मनुष्याचा विटाळ मानायचा नाही,' अशी आपल्या अधिकाऱ्यांना व प्रजाजनांना सक्त ताकीद दिली आणि त्याप्रमाणे या हुकमाची प्रत्यक्ष अंमलबजावणी केली.५

या संदर्भात विद्या खात्यासाठी काढलेल्या जाहीरनाम्यात महाराज म्हणतात, 'हुजूरांच्या असे पाहण्यात आले की अस्पृश्यांना व स्पृश्यांना शाळा खात्यात निरनिराळ्या तऱ्हेने वागविले जाते; व अस्पृश्यांना शाळा खात्याच्या इमारतीच्या कम्पाउन्डच्या आत येऊ दिले जात नाही. सरकारी इमारती खासगी उपयोगासाठी दिलेल्या नसल्यामुळे अस्पृश्यांना तुच्छतेने वागविण्याचा कोणालाही हक्क नसून, अस्पृश्यांची प्रत्येक तऱ्हेने काळजी घेतली पाहिजे. शिक्षण संस्था गरीब लोकांकरिता असून, गरिबांतील गरीब जे अस्पृश्य, त्यांना समतेच्या पायावर वागविणे योग्य आहे. ते कर देतात तर त्यांना वाईट रीतीने का वागवावे? हुजूरांची अंतःकरणपूर्वक इच्छा आहे, की शाळा खात्यातील ज्या खासगी किंवा सरकारी संस्थांना ग्रॅन्ट किंवा इमारती किंवा प्लेग्राउंड वगैरे रूपाने मदत मिळते, त्यांनी स्पृश्य वर्गापिक्षा अस्पृश्यांना जास्त ममतेने व आदराने वागवावे. कारण स्पृश्य लोक कोणत्याही प्रकारे शिक्षणात आपला मार्ग काढू शकतात; परंतु अस्पृश्यांना ते असाध्य असल्यामुळे त्यांना कोणताही मार्ग नाही. जर अस्पृश्यांना समतेने वागविले नाही, तर मग तो प्रिन्सिपॉल अगर खालच्या दर्जाचा शिक्षक असो, त्याला जाब द्यावा लागेल आणि खासगी संस्थांना जी मदत मिळते, ती काढून घेण्यात येईल.'६

सामाजिक इतिहासाच्या अभ्यासकांना हे चांगले ज्ञात आहे की, अखिल भारतीय काँग्रेसच्या व्यासपीठावर अस्पृश्यता निवारणाचा केवळ ठराव पास व्हावा म्हणून महर्षी विठ्ठल रामजी शिंदे यांना जिवाचे रान करावे लागले आणि सात-आठ वेळा प्रयत्न केल्यानंतर कलकत्ता काँग्रेसच्या अधिवेशनात शेवटी १९१७ मध्ये हा ठराव पास झाला. आणि तोही डॉ. ॲनी बेझंट यासारखी थोर मानवतावादी स्त्री अध्यक्षपदावर होती म्हणून पास झाला. अखिल हिंदुस्थानच्या राजकारणाची सूत्रे चालविणारी काँग्रेससारखी स्वतःला स्वातंत्र्यवादी, राष्ट्रवादी, मानवतावादी म्हणवून घेणारी संघटना अस्पृश्यता निवारणाचा केवळ ठराव करण्याससुद्धा घाबरत होती, त्या वेळी महाराष्ट्रातील हा निधड्या छातीचा समाजक्रांतिकारी राजा आपल्या राज्यात अस्पृश्यता निवारण कायद्याची कसोशीने अंमलबजावणी करीत होता. हे दृश्य भारतीय समाजप्रबोधनाच्या इतिहासातील एक सोनेरी पान होते, असे म्हटल्यास वावगे होणार नाही.

संदर्भ

१. राजर्षी शाहू स्मारक ग्रंथ, पृ. ८६२-८६३

२. राजर्षी शाहू महाराज व कायदेकानू, पृ. ३९-४०

३. राजर्षी शाहू स्मारक ग्रंथ, पृ. ८०

४. कित्ता, पृ. ७६-७७

५. राजर्षी शाहू महाराज व कायदेकानू, पृ. ३०-३४

६. कित्ता, पृ. ३०-३१

राजर्षी शाहू छत्रपती आणि ब्राह्मण ब्युरॉक्रसी

ब्राह्मण ब्युरॉक्रसीचा अर्थ आणि व्याप्ती

'Bureaucracy' या शब्दाचा कोशातील अर्थ आहे 'अधिकारनिविष्ट शासनपद्धती'. सामान्य व्यवहारात ब्युरॉक्रसीसाठी 'नोकरशाही' असा शब्द योजिला जातो. राजसत्ता कोणाची का असेना, पण तिचे अधिकारीच ती सत्ता प्रजेवर गाजवून तिचा मनमानी उपभोग घेतात, तेव्हा प्रायः त्या शासनपद्धतीस 'नोकरशाही' असे म्हटले जाते. १९व्या शतकात इंग्रज हिंदुस्थानचे राज्यकर्ते बनले; पण त्यांची सत्ता सामान्य प्रजेवर गाजवली ती नोकरशहांनी. कलेक्टर, हायकोर्ट जज्जेस अशासारखे उच्चपदस्थ अधिकारी इंग्रज होते; पण त्यांच्या हाताखालची सर्व सरकारी नोकरांची यंत्रणा ब्राह्मण वर्गातील मंडळींची होती. सामान्य रयतेचा संबंध येत असे तो कलेक्टरांशी अथवा हायकोर्ट जज्जांशी नव्हे, तर गावच्या कुलकर्ण्यांशी अथवा महालाच्या मामलेदाराशी. रयतेच्या दृष्टीने कुलकर्णी, मामलेदारच राजसत्तेचे प्रतिनिधी होते; नव्हे, त्यांच्यावर सत्ता गाजविणारे ते राज्यकर्तेच होते, असे म्हटल्यास चुकीचे होणार नाही. अशा या नोकरशाही ऊर्फ ब्युरॉक्रसीला म. फुले यांनी 'ब्राह्मणशाही' असे म्हटले आहे. या ब्राह्मणशाहीच्या सामर्थ्याचे वर्णन करताना ते आपल्या एका अखंडात म्हणतात –

'सत्ता तुझी राणीबाई । हिंदुस्थानी जागृत नाही ॥
जिकडे तिकडे ब्राह्मणशाई । डोळे उघडून पाही ॥
खेडेगावी कुलकर्णी । आहे लेखणीचा धणी ॥

माहालामध्ये महालकरी । जसा अष्ट अधिकारी ।।
यमवत मामलेदार । शुद्रा शिक्षा अनीवार ।।
धूर्त चिटणिसांचे पुढे । काय कलकट्र बापुडे ।।
रेव्हिन्युची दप्तरदारी । ब्राह्मण किती अधिकारी ।।
चहूंकडे भटभाई । कुणब्याची दाद नाही ।।
जोती ह्मणे धाव घेई । दुष्टापासूनी सोडवी ।।'१

शाहू महाराजांनी आपल्या अनेक खासगी पत्रांत व जाहीर भाषणांत या ब्राह्मणशाहीस 'ब्युरॉक्रसी' असा शब्द योजिलेला आढळतो. डॉ. आंबेडकरांना लिहिलेल्या एका पत्रात महाराजांनी अस्पृश्य समाजातील 'स्पिरिट' नष्ट करणाऱ्या ब्राह्मण ब्युरॉक्रसीला 'जुलमाची, जबरदस्त, डेस्पॉटिक' अशी विशेषणे लावलेली आहेत. तथापि 'ब्राह्मण ब्युरॉक्रसी' म्हणजे ब्राह्मणशाहीचे नोकरशाहीच्या रूपाने प्रकट झालेले रूप, अशीच केवळ मर्यादित कल्पना महाराजांच्या समोर नव्हती. 'ब्राह्मण ब्युरॉक्रसी' म्हणजे ब्राह्मण वर्गाचे बहुजन समाजावर प्रस्थापित झालेले धार्मिक, सामाजिक, राजकीय आदी सर्व प्रकारचे प्रभुत्व, अशी ब्राह्मणी वर्चस्वाची सर्वसमावेशक कल्पना महाराजांनी मांडली आहे. १९१८ मध्ये मुंबईतील कामगार मेळाव्यात बोलताना त्यांनी ही कल्पना स्पष्ट केली आहे.

महाराजांच्या मते ब्राह्मण वर्गाची विद्येची मक्तेदारी हे त्या ब्युरॉक्रसीचे व्यवच्छेदक लक्षण होते. ही मक्तेदारी नष्ट होऊन मागासलेल्या वर्गांना विद्यामृताचे काही थेंब मिळून ते थोडेबहुत तरी सज्ञान झाल्याशिवाय सरकारकडून मिळणारे राजकीय हक्क त्यांच्या काहीच उपयोगाचे नाहीत; उलट हे हक्क तसेच दिले गेले तर ते ब्राह्मण वर्गाच्या हाती पडून त्यांची 'स्वदेशी' आणि 'सुशिक्षित' ब्युरॉक्रसी निर्माण होईल, असे महाराजांनी म्हटले आहे :

'इंग्रजी अधिकाऱ्यांच्या हातून सत्ता काढून घेऊन ती विद्यासंपन्न अशा अल्पसंख्याक ब्राह्मण वर्गाच्या हाती देणे मला बिलकुल पसंत नाही. परशुरामाच्या वेळेपासून आजपर्यंतचा इतिहास काय सांगतो? विद्येचा मक्ता फक्त आपणाकडेच ठेवून इतरांस विद्येपासून दूर ठेवण्याचा अखंड पद्धतशीर प्रयत्न सतत करून ब्राह्मण ब्युरॉक्रसीने या दक्षिणेत इतरांस गुलामाच्या स्थितीस कसे आणिले आहे, ही गोष्ट विसरणे फार

कठीण आहे... रयतेतील मोठा भाग अडाणी राहिला व थोडेसे लोक विद्याचारसंपन्न झाले व प्रजेस अधिकार दिले तर ते या थोड्या लोकांच्या हाती पडणार व एक स्वदेशी ब्युरॉक्रसी तयार होणार. या सुशिक्षित ब्युरॉक्रसीचा कारभार आमच्या ओळखींचा आहे. फार लांब कशाला, मराठ्यांचा इतिहासच पाहा. शाहू महाराजांची भूल होऊन पेशव्यास अधिकाधिक सत्ता बळकावण्यास संधी मिळाली. याचा परिणाम छत्रपतींचा कारागृहवास हा झाला; जातिभेद तीव्र झाले; जातिमत्सर वाढला व अस्पृश्यांस तर गळ्यात गाडगे व कंबरेस फेसाटी बांधून फिरावे लागे. हा प्रसंग कोठेही पुन्हा येणे चांगले नाही. याकरिता अधिकारदान करण्यापूर्वी सर्व लोकांत विद्याप्रसार करण्याकडे अगोदर लक्ष देणे जरूर आहे.'२

स्वदेशी ब्युरॉक्रसीचा इतिहासातील आणखी एक दाखला देताना शाहू महाराजांनी पेशवाईतील साताऱ्याच्या प्रतापसिंह महाराजांचे उदाहरण सांगितले आहे. लहानपणी प्रतापसिंहांना लिहिणे-वाचणे शिकण्याचीही पेशव्याने बंदी केली होती. तेव्हा त्यांच्या आईने त्यांस रात्री बारा वाजता उठवून ब्राह्मण पंतोजीकडून शिक्षण दिले. पुढे पेशवाई बुडाल्यानंतर इंग्रजांचे राज्य आल्यावर प्रतापसिंहांनी आपले क्षत्रियत्वाचे हक्क परत मिळविण्याचे व ब्राह्मणांचे फाजील महत्त्व कमी करण्याचे प्रयत्न सुरू करताच ते चिडून गेले. त्यांनी पुढे खोटी कारस्थाने रचून इंग्रज सरकारचा त्यांच्याविषयी गैरसमज केला आणि त्यांस गादीवरून दूर करविले. महाराज पुढे म्हणतात की, 'तशीच भीती ते मला आज घालीत आहेत. पण मी ईश्वरी व इंग्रजी न्यायावर व देशप्रेमी स्नेह्यांच्या सहानुभूतीवर विश्वास ठेवून स्वस्थ मनाने माझे कर्तव्य करीत राहीन.'३

यातूनही या ब्युरॉक्रसीने आपल्यावर अंमल प्रस्थापित केला, तर आपल्या कर्ता झालेल्या मुलाकडे राज्य सोपवून आपण मागासलेल्या लोकांच्या 'सेवेत' राहण्याची प्रतिज्ञा केली आहे, असेही त्यांनी आणखी एका ठिकाणी म्हटले आहे.४ ब्युरॉक्रसीच्या कारस्थानामुळे एखाद्या वेळी नशिबी तुरुंगवास आला तरी तो भोगण्याची मानसिक तयारीही महाराजांनी केलेली होती!५

म. फुले काय अगर शाहू महाराज काय, त्यांच्या चरित्राकडे पाहिले तर असे दिसून येते की, त्यांची सर्व हयात या 'ब्राह्मण ब्युरॉक्रसी'शी

लढण्यातच खर्ची पडली. या ब्युरॉक्रसीशी जो संघर्ष चालू होता, त्यात म. फुले यांच्या बाजूवर प्रतिपक्षावर आक्रमण करून त्यास जेर करण्याची हत्यारे फार कमी उपलब्ध होती. धारदार व तिखट लेखणी हे तसे प्रतिपक्षास घायाळ करू शकणारे एकमेव हत्यार त्यांच्याकडे होते. बाकीची शिक्षणप्रसार, जनजागृती आदी साधने स्वपक्षाचे केवळ बळ वाढविणारी होती. शाहू महाराजांचे तसे नव्हते. त्यांच्या हातात राजसत्ता होती; आणि या सत्तेच्या जोरावर ते 'ब्राह्मण ब्युरॉक्रसी'चे पंख छाटू शकत होते. ब्राह्मणांची विद्येच्या क्षेत्रातील, सरकारी नोकऱ्यांच्या क्षेत्रातील मक्तेदारी त्यांना सत्तेच्या जोरावरच नष्ट करता आली. मागासलेल्या वर्गांना त्यांना ब्राह्मणांच्या बरोबरीचे सामाजिक हक्क सत्तेच्या बळावरच देता आले. ब्राह्मण ब्युरॉक्रसीचे सर्वंकष वर्चस्वाचे खच्चीकरण निदान आपल्या संस्थानापुरते तरी करण्यात महाराज यशस्वी झाले. त्यासाठी त्यांनी जी अनेक खंबीर पावले उचलली, त्यांपैकी कुलकर्णी लोकांचे वतन खालसा करण्याचे त्यांचे पाऊल सर्व महाराष्ट्रात खळबळ उडवून देणारे ठरले.

कुलकर्णी वतनाची बरखास्ती

प्रत्येक खेड्यातील वतनदार कुलकर्णी म्हणजे 'ब्राह्मण ब्युरॉक्रसी'च्या किल्ल्याचा एक बलदंड बुरूजच होता. खेड्यातील शिकलेला, लिहिता-वाचता येणारा बहुधा तो एकमेव इसम असे. पाटील गावचा 'राजा' खरा, पण तो निरक्षर व अडाणी असल्याने गावचा कारभार कुलकर्ण्यांच्याच हाती असे. गावचा महसूल, त्यासंबंधीचे दप्तर, जमिनीच्या नोंदीचे दप्तर, सरकारदरबारशी पत्रव्यवहार आदी बाबी कुलकर्ण्यांच्या हाती असत. सरकारचा तो गावातील अधिकृत प्रतिनिधीच असल्याने, सरकारच त्याच्या मुखातून बोलते, अशी रयतेची समजूत असे. लिखापढी करणारा गावातील हा एकमेव गृहस्थ असल्याने, गावकऱ्यांचे सर्व व्यवहार त्याच्या मदतीने व साक्षीने होत. काही ठिकाणी कुलकर्णी सावकारकीही करीत असे आणि मग त्याच्या सावकारी पाशात अनेक गरीब रयत अडकून ते देशोधडीस लागत.

थोर सत्यशोधक नेते 'दीनमित्र'कार मुकुंदराव पाटील यांनी 'कुलकर्णी लीलामृत' या नावाचा कुलकर्ण्यांच्या अनेकविध कारस्थानी कृत्यांवर

कठोर प्रहार करणारा एक अप्रतिम औपरोधिक काव्यग्रंथ या सुमारास प्रसिद्ध केला होता. सत्यशोधक कार्यकर्ते विठ्ठल डोणे या ग्रंथाचे प्रकाशक, तर भास्करराव जाधव हे त्याचे प्रस्तावनाकार होते. हे सामाजिक दंभस्फोट करणारे ग्रंथास्त्र दिवाण सबनीस यांना अर्पण केले होते आणि या सर्व प्रयत्नांमागे शाहू महाराजांची प्रेरणा व अर्थसाहाय्य उभे होते.

'कुलकर्णी लीलाभूत' मधील औपरोधिक पण जहाल टीका 'ब्राह्मण ब्युरॉक्रसी'स फार झोंबली. या ब्युरॉक्रसीचे प्रमुख प्रवक्ते न. चिं. केळकर यांनी 'केसरी'त दोन अग्रलेख लिहून या काव्यग्रंथाच्या 'कल्पनांचा ओघ, प्रासादयुक्त वाणी व शुद्ध भाषा' या गुणांचा प्रारंभी गौरव करून नंतर ग्रंथाच्या हेतूवर हल्ले चढविले. त्यात ते म्हणतात, 'हे काव्य म्हणजे अमृतरूपी विष काही तरी सैतानी कृत्य करावयास अवतरले आहे. सत्यशोधक समाजाच्या दारूघरात बनलेली ही गोड व मसालेदार ब्राह्मणद्वेषाची दारू आहे व शाहू महाराजांच्या कृपेने ती अवघ्या तीन आण्यास एक बाटली याप्रमाणे मिळते आहे.'६

खरे तर मुकुंदराव पाटलांनी वर्णिलेल्या कुलकर्णीलीला तत्कालीन वस्तुस्थितीचे चित्रण करणाऱ्याच होत्या. प्रस्तावनेत भास्करराव जाधवांनी म्हटले आहे, 'मुकुंदराव हे वतनदार पाटील आहेत. कुलकर्ण्यांच्या काव्याचा कडू अनुभव यांस आलेला आहे. त्यांचे अवलोकन सूक्ष्म असल्याने, इतर ठिकाणच्याही कुलकर्णीलीला त्यांस अवगत आहेत. प्रस्तुत ग्रंथाचे अध्याय दहा असून, त्यात साते लीला वर्णिल्या आहेत; यातील एकही काल्पनिक नाही. काही मुकुंदरावांच्या अनुभवांतील व बाकीच्या त्यांच्या स्नेह्यांच्या अनुभवांतील आहेत.'७

'ब्राह्मण ब्युरॉक्रसी' मोडून काढण्यासाठी, विशेषतः मागासलेल्या वर्गास वर काढण्यासाठी शाहू महाराजांचे जे अनेक प्रयत्न चालू होते, त्या मार्गात कुलकर्णी ही मोठी अडचण ठरत असल्याचे त्यांचे मत होते. मुंबई सरकारचे गृहसचिव रॉबर्टसन यांना लिहिलेल्या पत्रात महाराज म्हणतात,

'कुलकर्णी याचे गावात किती वजन असते व तो इतक्या क्षुल्लक वेतनावर काम करावयास का तयार असतो, हे आपणास माहीत आहेच. त्याच्या कारस्थानांमुळे त्याला बराच पैसा मिळतो व पैसा मिळविण्याचे

त्याचे वाममार्ग अनेक आहेत. खेडूत हे अज्ञानी असल्यामुळे ते आपल्याच दयेवर अवलंबून असतात, हे तो जाणतो. पण जर खेडुतांना लिहायला व वाचायला शिकविले तर त्याचे सर्व वजन खलास होईल. त्यामुळे मी जी सक्तीची मोफत शिक्षणाची योजना सुरू केली आहे, तिला स्वाभाविकपणे त्याची अनुकूलता नाही. मी ब्राह्मणी कारस्थानांचा बीमोड करण्यासाठी सरकारला कसे साहाय्य करीत आहे, याचीही त्याला पूर्ण कल्पना आहे.'८

याच सुमारास गव्हर्नर लॉर्ड सिडनहॅम यांना पाठविलेल्या पत्रात शाहू महाराजांनी म्हटले आहे की, सरकारला कुलकर्ण्यांच्या कसबाची पूर्ण कल्पना आहे; टिळक पक्षाच्या सत्तेचे अधिष्ठान कुलकर्णी असून, कुलकर्णी वतने नष्ट झाली तर खेड्यांतून ब्राह्मणी वजन कमी होईल; आणि म्हणून टिळकांचे होमरूल पक्षाचे कार्यकर्ते कुलकर्ण्यांच्या बाजूने आपल्यावर बेफाम हल्ले करीत आहेत.९

कुलकर्णी खेड्यातील गरीब रयतेवर अन्याय करतातच शिवाय इंग्रज सरकार व कोल्हापूर संस्थान यांच्याविरुद्ध त्यांच्या राजद्रोहाच्याही कारवाया चालू असतात, असा स्पष्ट आरोप शाहू महाराजांनी केलेला आढळतो. खेड्यांतील आपल्या स्थानाच्या जोरावर रयतेस आपल्याविरुद्ध तसेच इंग्रज सत्तेविरुद्ध उठविण्याचे अनेक तऱ्हेचे प्रयत्न करणे; गावच्या चावडीवर गावकऱ्यांना वर्तमानपत्रे वाचून दाखवून ब्रिटिश प्रदेशातील जहालवादाचा संस्थानात प्रचार करणे; राजद्रोही उद्देशांचा प्रसार करण्यासाठी अज्ञानी गावकऱ्यांपासून निधी गोळा करणे; 'लोकसंग्रह', 'लोकशाही', 'राजकारण', 'केसरी' इत्यादी जहाल वर्तमानपत्रांतून आपल्याविषयी लोकांचे मन कलुषित करण्यासाठी आपल्यावर बिनदिक्कत कडवट हल्ले चढविणे इत्यादी आरोप एका अधिकृत टिपणात महाराजांनी केलेले आहेत.१० तेव्हा महाराजांनी कुलकर्णी वतन खालसा करण्यामागे सामाजिक कारणांबरोबरच राजकीय कारणेही मौजूद होती, हे स्पष्ट होते.

२८ फेबुवारी १९१८ रोजी कोल्हापूर संस्थानात कुलकर्णी वतन खालसा करण्याचा जाहीरनामा प्रसिद्ध करण्यात आला. त्यामध्ये शाहू महाराजांनी ग्रामपंचायती स्थापन करण्याच्या कार्यात कुलकर्ण्यांचा मुख्य

अडथळा असल्याचे एक तात्कालिक कारण दिले आहे. जाहिरनाम्यात म्हटले होते, 'रयतेमध्ये विद्येचा प्रसार होऊ लागल्याने तिला जास्त हक्क देणेची वेळ आलेली आहे. बिकानेर, त्रावणकोर वगैरे संस्थानांत प्रजेस ग्रामपंचायती दिलेल्या आहेत. त्याच धर्तीवर इथेही देण्याचा हुजुरांचा विचार आहे. पण या कामास 'वतनदार' कुलकर्णी ही मोठी अडचण आहे. समाजाच्या अज्ञान अवस्थेत कुलकर्णी वतन आवश्यक असेल, पण आता मात्र तो काळ राहिलेला नाही. वतनदार कुलकर्णी असता एखाद्या ठिकाणी ग्रामपंचायत स्थापन झाल्यास सर्व सत्ता सदर कुलकर्णी व त्याचे थोडे जातभाई यांच्या हाती जाईल व शेतकऱ्यांच्या मोठ्या समाजाच्या हिताकडे दुर्लक्ष झाल्याशिवाय राहणार नाही. वतनदार पाटील हा शेतकऱ्यांपैकीच असल्याने, याच्या योगाने अशा ग्रामपंचायतीच्या कामास काही धोका येण्यासारखा नाही. ग्रामपंचायती यशस्वी करावयाच्या असतील तर वतनदार कुलकर्ण्यांची पद्धत बंद झाली पाहिजे. सबब यापुढे ही पद्धती बंद करून पगारी तलाठी नेमून गावचे काम घेण्यात यावे.'

'कुलकर्णी लोक आज जे काम करीत आहेत त्यातील बहुतेकांस सनदा नाहीत, फक्त वहिवाटीप्रमाणे काम करीत आहेत. वतनी जमिनीवर वतनदाराचा हक्क नाही. जोपर्यंत नोकरी घेण्यात येते तोपर्यंत सदर जमीन त्याच्याकडे राहण्याची असते, तरी कुलकर्ण्यांच्या ताब्यात असलेल्या जमिनी मोहिनी व अर्जी काढून न घेता दयाळूपणे त्यांच्याकडेच राहू देण्याची हुजुरांची इच्छा आहे. इतकेच नव्हे तर त्यांनासुद्धा सदर जमिनीवर पूर्ण मालकी नाही, तीही मालकी देण्यात येत आहे. आज त्यांना सदर जमिनी गहाण देता येत नाहीत; विकत, बक्षीस अगर मृत्युपत्रानेही कोणास देता येत नाही. पण त्यांना रयताव्याचे पूर्ण हक्क मिळाले म्हणजे या सर्व गोष्टी करता येतील. असे पूर्ण हक्क मिळणे, हा त्यांचा फायदाच आहे.'[११]

अशा प्रकारे या जाहिरनाम्याद्वारे खेड्यातील वतनदार कुलकर्णी दूर करून त्याचे काम करणारा 'वेतनदार तलाठी' नेमला जाणार होता. खरे तर कुलकर्णी वतन खालसा झाल्याबरोबर कुलकर्ण्यांच्या वतनी जमिनीही सरकारजमा होणे क्रमप्राप्त होते. पण महाराजांनी कुलकर्ण्यांना सूडबुद्धीने

न वागविता दयाळूपणे त्या 'वतनी' जमिनी रयतावा करून म्हणजे त्यांच्या पूर्ण मालकीच्या करून दिल्या. एवढेच नव्हे तर अशा वतनी जमिनी रयतावा करण्यासाठी सरकारात जो ठराविक 'नजराणा' भरावा लागतो, तोही महाराजांनी कुलकर्ण्यांना माफ केला.१२ तथापि आपले वतन खालसा केल्याचा कुलकर्णी लोकांत व त्यांची बाजू घेणाऱ्या ब्राह्मण वर्गात भडकलेला संताप इतका उग्र होता की, महाराजांच्या या औदार्याविषयी किंचितही कृतज्ञता त्यांनी व्यक्त केली नाही.

कुलकर्णी वतन खालसा करण्याविषयी काढलेला हुकूम महाराजांनी इंग्रज सरकारचे मत अजमावण्यासाठी काही काल स्थगित केला होता; तो जुलैमध्ये अमलात आणला गेला. दरम्यान आतापर्यंत महाराजांच्या गोटात असणाऱ्या करवीर पीठाच्या शंकराचार्यांनी– डॉ. कुर्तकोटी यांनी– 'ब्राह्मण ब्युरॉक्रसीच्या प्रभावाखाली जाऊन कुलकर्ण्यांची बाजू उघडपणे घेतली. वतनदार कुलकर्णी मंडळींची पहिली सभा शंकराचार्यांच्या अध्यक्षतेखाली त्यांच्याच मठात भरली. कुलकर्ण्यांच्या वतीने आता ते महाराजांशी पत्रव्यवहार करू लागले.१३ अशाच एका पत्रास महाराजांनी ११ जुलै रोजी पाठविलेले एक प्रदीर्घ उत्तर उपलब्ध आहे. त्यात त्यांनी आपल्या बाजूने मोठा बौद्धिक युक्तिवाद केला आहे. त्या युक्तिवादाचे प्रमुख मुद्दे असे :

१) कुलकर्णी वतनासंबंधीच्या हुकमाचा ब्राह्मण-ब्राह्मणेतर वादाशी काही संबंध नाही. हा वाद फार पुरातन आहे.

२) कुलकर्णी वतन खालसा झाले तर वतनी जमिनी त्यांच्याकडेच ठेवल्याने त्यांचे कोणत्याही प्रकारचे आर्थिक नुकसान झालेले नाही.

३) पूर्वी कुलकर्ण्यांकडून चूक झाली तर त्याचे उत्पन्न सरकारजमा होण्याचा धोका असे. असे इतःपर होण्याचा प्रश्न नाही, हा त्यांचा फायदा नाही काय?

४) खरे तर गावच्या हिशेबाचे काम म्हणजे काही श्रेष्ठ दर्जाचे काम नाही. कुलकर्णी लोकांसारख्या बुद्धिमान मंडळींनी अशा कनिष्ठ दर्जाच्या कामात गुंतून राहणे हे त्यांच्या समाजाच्या दृष्टीने योग्य नाही. तेव्हा त्यांनी समाजाच्या प्रगतीसाठील अन्य क्षेत्रांत आपल्या बुद्धिमत्तेचा उपयोग करावा.

५) जे कुलकर्णी घराण्यातील लोक वतनी नोकरी करीत नाहीत, ते आपल्या स्वतंत्र कर्तबगारीने समाजात उदयास आलेले आहेत.

६) शिवाय कुलकर्ण्यांना अशा कनिष्ठ दर्जाच्या सेवेतून मुक्त केल्यामुळे त्यांच्या ब्राह्मण्याचे तेज विशेष वाढणार आहे.

७) खरे म्हणजे कुलकर्ण्यांना वाईट वाटते आहे ते त्यांच्या वतनासाठी अथवा आर्थिक नुकसानीसाठी नव्हे; तर केवळ त्यांची 'ब्युरॉक्रॅटिक सत्ता' हातातून जाते म्हणून.

८) सध्याचा काळ सर्व प्रकारच्या ब्युरॉक्रसी नष्ट होण्याचा आहे. ब्राह्मणांनीच नव्हे, तर राजेरजवाडे मंडळींनीही आपली सत्ता सोडावयास तयार होणे हे परिस्थितीस अनुसरून नाही काय?

९) ब्रिटिश सरकारनेही आपल्या 'ऑफिसियल ब्युरॉक्रसी'चे न ऐकता हिंदी लोकांना हक्क दिले आहेत.[१४]

या पत्राच्या शेवटी शाहू महाराजांनी शंकराचार्यांना विनंती करणारा एक 'ताजा कलम' जोडला आहे; तो सामाजिकदृष्ट्या फार महत्त्वाचा आहे, तो असा :

'सोशल रिफार्म करणे स्वामींकडे (शंकराचार्य) आहे. स्वामींनी या दृष्टीने काही तरी चळवळ केलीच पाहिजे. ब्राह्मण, मराठे या ब्युरॉक्रसी, अस्पृश्य जातींना म्हणजे आमच्या देशबांधवाना, कुत्र्या-मांजरासारखे (कमी) समजतात, ही मोठी कीव येण्यासारखी गोष्ट आहे. तेव्हा स्वामींनी मनुष्याला मनुष्यत्व आहे, असे ठरविण्याची खटपट करावी, अशी माझी इच्छा आहे.'[१५]

येथे जाती-जातींमधील भेद कमी करून मनुष्याला 'मनुष्यत्व' देण्याचे कार्य शंकराचार्यांनी हाती घ्यावे, ही अपेक्षा महाराजांनी व्यक्त केली आहेच; पण त्याच वेळी 'ब्राह्मण ब्युरॉक्रसी'बरोबर 'मराठा ब्युरॉक्रसी'चाही निर्देश केलेला आहे. 'ब्राह्मण ब्युरॉक्रसी' प्रमाणेच 'मराठा ब्युरॉक्रसी', जी अस्पृश्यांना मनुष्यत्वाचे अधिकार नाकारते, तीही तोडली पाहिजे, असेही त्यांनी प्रतिपादन केले आहे!

सारांश, शाहू महाराजांनी 'ब्युरॉक्रसी' हा शब्द मर्यादित अर्थाने योजलेला नाही. आपल्या खास अधिकारांच्या व हक्कांच्या जोरावर मक्तेदारी निर्माण करून दुसऱ्यावर वर्चस्व गाजवणारी व समाजातील

कमजोर वर्गाची पिळवणूक करणारी कोणतीही समाजव्यवस्था महाराजांच्या दृष्टीने 'ब्युरॉक्रसी'च होती. तिचे स्वरूप प्रसंगपरत्वे सामाजिक, धार्मिक अथवा राजकीय... असे कसेही असू शकते. स्वातंत्र्य, समता, बंधुत्व, लोकशाही या तत्त्वांच्या या युगात या ब्युरॉक्रसीचा ऱ्हास होणे, काळाला अनुसरूनच आहे. त्यात महाराजांनी राजेशाहीलाही अपवाद मानलेले नाही. आज ना उद्या आपली राजेशाहीही बरखास्त होऊन लोकशाहीचे हक्क लोकांना द्यावे लागणार आहेत, याची पूर्ण जाणीव त्यांना होती. त्या दृष्टीने त्यांनी जाहीरपणे वक्तव्येही केलेली आढळतात.''१६

शाहू महाराजांवरील ब्राह्मणद्वेष्टेपणाचा वृथा आरोप

'ब्राह्मण ब्युरॉक्रसी'शी संघर्ष करून मागासलेल्या वर्गास सामाजिक व राजकीय हक्क मिळवून देण्यासाठी शाहू महाराजांनी आपली सर्व हयात खर्ची घातली. हे करीत असता म. फुले यांच्याप्रमाणे शाहू महाराजांवरही ब्राह्मण वर्गाचा रोष उत्पन्न होऊन त्यांनी त्यांच्यावर ब्राह्मणद्वेष्टेपणाचा आरोप केला. तथापि, हा आरोप किती वृथा होता, याची तत्कालीन कागदोपत्रीच्या पुराव्याने इथे चर्चा केली तर ती अप्रस्तुत होणार नाही. महाराजांचे ब्राह्मणांशी शत्रुत्व नव्हते, तर त्यांच्यातील 'ब्राह्मण्या'शी शत्रुत्व होते, हा विचार अनेक अभ्यासकांनी आतापर्यंत मांडलेला आहे. त्यास तत्कालीन मुबलक पुरावेही उपलब्ध आहेत. त्यांपैकी काही त्यांनी केलेल्या भाषणात सापडतात, तर काही प्रशासनिक हुकमाच्या रूपाने मिळतात.

न्या. रानडे, नाम. गोखले, प्रिं. आगरकर या उदारमतवादी व सुधारणावादी ब्राह्मण नेत्यांविषयी शाहू महाराजांना मोठी आदरबुद्धी होती. अनेकदा महाराजांनी न्या. रानडे व नाम. गोखले यांच्याशी समाजसुधारणेच्या संदर्भात चर्चा केल्याचे व त्यांचा सल्ला घेतल्याचेही नमूद आहे. या ब्राह्मण नेत्यांच्या उदारमतवादाची प्रशंसा करताना हुबळीत भरलेल्या ब्राह्मणेतर सामाजिक परिषदेच्या अध्यक्षपदावरून केलेल्या भाषणात महाराज म्हणतात,

"ब्राह्मणांनी विद्या रक्षण केली व विद्येची ज्योत राखिली, याबद्दल आम्ही त्यांचे किती तरी अभिनंदन करावे; परंतु त्या वेळी नामदार

रानडे, गोखले, आगरकर यांचेसारखे उदारमतवादी (ब्राह्मण) असते तर, खरोखरच त्यांनी सर्वांना विद्यादान दिले असते व अप्पलपोटेपणाने दुसऱ्यांना विद्या शिकवू नये असा जो प्रकार चालू झाला, त्याला आळा पडला असता व ब्राह्मण-ब्राह्मणेतर हा भेद राहिला नसता व आज ब्राह्मणेतरांची म्हणून स्वतंत्र परिषद भरविण्याचा प्रसंग आला नसता.'[१७]

१९१५ मध्ये नाम. गोखले निधन पावले. गोखले यांच्या राष्ट्रीय स्वरूपाच्या कार्याविषयी महाराजांना इतका आदरभाव होता की, त्यांच्या मृत्यूबद्दल कोल्हापूर संस्थानतर्फे जाहीर दुखवटा व्यक्त करून खेद प्रदर्शनार्थ सर्व सरकारी कार्यालये व शाळा बंद ठेवण्यात आल्या.[१८]

पुणे हे ब्राह्मण ब्युरॉक्रसीचे प्रमुख केंद्र होते. तेथील ब्राह्मण वर्ग मोठ्या संख्येने शाहू महाराजांच्या विरुद्ध ते ब्राह्मणद्वेष्टे आहेत म्हणून प्रचार करत असे. एका मागासवर्गीयांच्या सभेत महाराजांनी केलेल्या भाषणाचा पुण्यातील वृत्तपत्रांनी विपर्यास करून त्यांना 'ब्राह्मण जातीचे पाय मागे ओढण्यासाठी झालेल्या कटाचा मेरूमणी' असे म्हटले होते. त्याला दुसऱ्या एका जाहीर सभेत उत्तर देताना महाराजांनी म्हटले होते,

"पुण्यनगरीतील कित्येक लोकांनी माझ्यावर असा आरोप आणला आहे की, महाराज पंक्तिप्रपंच करून आपल्याच जातीला पुढे आणतात. मी असे निक्षून सांगतो की, ही गोष्ट निखालस खोटी आहे. श्रीशिवछत्रपतींच्या नावाला किंवा त्यांच्या गादीला बट्टा आणणारे असे नीच वर्तन माझ्याकडून होणार नाही. राज्याधिकारसूत्रे हाती आल्यानंतर मागासलेल्या जातींना वर आणण्याचे मी अनेक प्रयत्न केले; परंतु यावरून ब्राह्मणांचे ठिकाणी माझा द्वेषभाव आहे, असे मात्र मुळीच नाही. अनेक ब्राह्मण माझ्या पूर्ण विश्वासाचे अंमलदार व सल्लागार आहेत; अनेक ब्राह्मणांना मी इनामे वगैरे दिली आहेत व इतर जातींप्रमाणे त्यांच्या कल्याणाची इच्छा बाळगलेली आहे."[१९]

शाहू महाराजांच्या कारकिर्दीत संस्थानातील ब्राह्मण-ब्राह्मणेतर नोकरांचे प्रमाण पुढीलप्रमाणे होते :

राज्यारोहणाच्या वेळी म्हणजे १८९४ मध्ये प्रशासनातील ७१ नोकरांपैकी ६७ ब्राह्मण होते, तर ४ ब्राह्मणेतर होते. महाराजांच्या कारकिर्दीच्या शेवटी, १९२२ मध्ये , एकूण ९५ नोकरांपैकी ३६ ब्राह्मण तर ५९

ब्राह्मणेतर होते. १८९४ मध्ये 'खासगी' सेवेत एकूण ५३ नोकर होते. त्यांत ४६ ब्राह्मण तर ७ ब्राह्मणेतर होते. पुढे खासगीतही ब्राह्मणेतरांची संख्या वाढली. १९२२ मध्ये खासगीतील एकूण १५२ नोकरांपैकी ४३ ब्राह्मण तर १०९ ब्राह्मणेतर होते.[२०]

महाराजांच्या मागासलेल्या वर्गास पुढे आणण्याच्या धोरणामुळे संस्थानातील नोकऱ्यांमध्ये ब्राह्मणेतरांची संख्या वाढणे स्वाभाविक होते. पण तरीही ब्राह्मण नोकरांची संख्या लक्षणीय होती. ती नगण्य करणे महाराजांना अशक्य नसताही त्यांनी तसे न करता प्रशासनातील अनेक प्रमुख पदांवर ब्राह्मण ठेवले होते. संस्थानातील महाराजांचे खासगी कारभारी, संस्थानचे मुख्य पोलीस अधिकारी, मुख्य न्यायाधीश, दुय्यम न्यायाधीश, शिक्षण खात्याचे संचालक, स्त्रीशिक्षणाधिकारी, तंत्रशाळेचे प्रमुख, जेलर, स्टेट प्लीडर, दरबार सर्जन आदी अनेक पदांवर ब्राह्मण अधिकारीच नेमले गेले होते.[२१] विद्यापीठ हायस्कूलचे संस्थापक वा. द. तोफखाने व 'धर्माधिकारी' या खास जागेवर नियुक्त केलेले गुंडोपंत पिशवीकर ही महाराजांची खास विश्वासातील ब्राह्मण मंडळी होती. अनेक सामाजिक व धार्मिक बाबींत महाराज त्यांचा सल्ला घेत. कोल्हापूर-इंदूर संस्थानांच्या दरम्यान १०० आंतरजातीय विवाह घडवून आणण्याचे कामही महाराजांनी याच पिशवीकरांवर सोपवलेले होते.

तोफखाने मास्तर तर शाहू महाराजांच्या खास प्रीतीमधील होते. त्यांच्या शाळेला जागा देण्यास खासगी कारभाऱ्यांनी दिरंगाई केली, तेव्हा खुद्द महाराजांनी पुढाकार घेऊन, सहा तास उन्हात उभे राहून, ती जागा तोफखान्यांना खुली करून दिली होती.[२२] तोफखान्यांची स्वामिनिष्ठा, शिक्षणप्रेम, प्रामाणिकपणा, सौजन्य, स्वार्थत्यागवृत्ती इत्यादी गुणांनी महाराजांना मोहीत केले होते. त्यांच्या निरपेक्ष स्वभावामुळे त्यांना कर्ज झाल्याचे समजताच महाराजांनी एक हुकूम काढला. तो असा –

'रा. तोफखाने हे आमचे असल्यामुळे व यांनी लोकांची कसबाकसबी केली नसल्यामुळे त्यांना ३००० रुपये देणगी खाते द्यावेत. गोखले मास्तर व करमरकर मास्तर यांचे प्रमाणे यांना आमची काळजी आहे. सबब त्यांना कर्जात ठेवणे योग्य होणार नाही. तरी त्यांना तीन हजार

रुपये आदा करावेत - शाहू छत्रपती'२३

कला, समाजकारण, पत्रकारिता, उद्योग आदी अनेक क्षेत्रांतील ब्राह्मण व्यक्तींना शाहू महाराजांनी सढळ हाताने अर्थसाहाय्य देऊन त्या त्या क्षेत्रात कर्तबगारी गाजवण्यास प्रोत्साहन दिल्याची असंख्य उदाहरणे शाहू चरित्रात आढळतात. नारायण श्रीपाद राजहंस ऊर्फ बालगंधर्व ही महाराजांचीच मराठी कलासृष्टीस ललामभूत ठरलेली देणगी होती. महायुद्धाच्या काळात कच्च्या लोखंडाभावी कारखाना बंद पडण्याचे संकट निर्माण झाले असता लक्ष्मणराव किर्लोस्करांना संस्थानातील जुन्या तोफा पुरवून महाराजांनीच तो कारखाना तगवून धरला होता.२४ ही झाली ब्राह्मण वर्गातील बड्या व्यक्तींची उदाहरणे. पण सामान्य ब्राह्मण व्यक्तीविषयीसुद्धा महाराजांचा व्यवहार उदारबुद्धीचा व समभावाचा होता. १९१८ मध्ये सरसुभे यांच्या नावे महाराजांनी काढलेला एक हुकूम पाहा –

'तलाठ्यांच्या नेमणुका होत आहेत. त्यात ब्राह्मण लोकांस घेतले जात नाही, अशी तक्रार आली आहे. सरकारी नोकरीस अमुक जातीचे लोक लायक नाहीत किंवा घेण्याचे नाहीत, असे ठरविणे योग्य नाही. सर्वांस ती मोकळी पाहिजे. समजून तजवीज राहावी– शाहू छत्रपती.'२५

संस्थानच्या पागेत दोन ब्राह्मण व्यक्ती 'शिलेदार' म्हणून नोकरीस होत्या. नोकरीच्या जागी त्यांची होणारी कुचंबणा महाराजांच्या लक्षात आल्यावर त्यांनी उदार मनाने हुकूम काढला : 'शिलेदार मोरेश्वर विठ्ठल श्रीखंडे व अनंत दत्तात्रय पडळकर हे ब्राह्मण आहेत. त्यांना राकट काम करावे लागते. त्यांना घोड्याची मालीस करणे, लीद-मूत काढणे, वेळ पडल्यास शिकार-मांस वाहून नेणे वाईट वाटते. इतर शिलेदार मराठे व मुसलमान असल्याने यांच्या जेवणा-खाण्याचीही सोय या लोकात होत नाही. म्हणून त्यांची नोकरी व उत्पन्ने शिलेदार लिष्टातून कमी करून कारकुनी लिष्टात घालण्यात येत आहेत.'२६

संस्थानच्या नोकरीत असलेल्या ब्राह्मण नोकराच्या मृत्यूनंतर त्याच्या निराधार झालेल्या कुटुंबाची काळजी महाराज कशी घेत असत, त्याचे काही दाखले कागदोपत्री मिळतात. उदाहरणार्थ, सखाराम बाजी कुलकर्णी हा नोकर प्लेगाच्या साथीत अकाली मृत्यू पावला. तेव्हा त्याच्या पत्नीने, 'आपल्यावर अकाली घाला आल्याने अगदी निराधार झाले

आहे. पोटी दोन मुलगे असून त्यांचे संरक्षण होण्यास काही सोय नाही. भ्रतारांनी मूळ सरकारचे आश्रयानेच विद्या केली असून, नोकरी १४-१५ वर्षे इमाने इतबारे केली. या सर्व गोष्टी ध्यानी आणून पोटाची सोय व्हावी,' म्हणून महाराजांकडे अर्ज केला. तेव्हा महाराजांनी कृपाळू होऊन तिला दरमहा चार रुपये व मुलांना प्रत्येकी तीन रुपये याप्रमाणे एकूण दहा रुपयांची पोटगी त्या कुटुंबास सुरू केली.२७

दुसरे उदाहरण आहे स्टेट प्लीडर मल्हार बळवंत गर्दे यांचे. त्यांच्या निधनानंतर त्यांचे सहा व्यक्तींचे कुटुंब निराश्रित झाले. मुलगा पुण्यास फर्ग्युसन कॉलेजात शिकत होता. घरी दोन मुली लग्नाच्या होत्या. या परिस्थितीत कुटुंबाचा चरितार्थ चालणे कठीण झाले. तेव्हा उपरोक्त वकिलांनी निरपेक्ष बुद्धीने सरकारची सेवा केली आहे, हे ध्यानी आणून शाहू महाराजांनी वकिलांच्या पत्नीस हयात असेतो दरमहा दहा रुपये व मुलास पाच वर्षांपर्यंत शिक्षणासाठी दरमहा तीस रुपये असे एकूण चाळीस रुपये मंजूर केले.२८ त्या वेळी शिक्षकाचा पगार साधारणपणे दहा-बारा रुपये होता. यावरून ही रक्कम किती मोठी होती हे लक्षात येईल.

त्या काळात शाहू महाराज म्हणजे ब्राह्मण वर्गाचे, विशेषतः कुलकर्णी वर्गाचे, हाडवैरी असे चित्र विरोधकांनी रंगवले होते. या पार्श्वभूमीवर कोल्हापूर संस्थानातील एका ब्राह्मण कुलकर्ण्यांच्या घराण्यावर शाहू महाराजांनी आपल्या कृपेचे व मायेचे छत्र कसे धरले होते, याच साक्ष आजही कोल्हापुरातील सांगवडेकर कुलकर्णी यांच्या घराण्यातील प्रमुख दादा महाराज व त्यांचे बंधू देतात. आजही हे सांगवडेकर घराणे शाहू महाराजांना आपले दैवत मानते.

ही उदाहरणे थोड्याशा विस्ताराने एवढ्यासाठी नमूद केली आहेत की, शाहू महाराजांनी आपल्या संस्थानातील सर्व जाती-धर्माच्या लोकांना समभावाने वागविले. ब्राह्मण ब्युरॉक्रसीशी त्यांचा संघर्ष चालू होता म्हणून समस्त ब्राह्मण जातीशी त्यांनी शत्रुत्व केले नाही अगर त्यांना पक्षपातीपणानेही वागविले नाही. आपण जातीने मराठा असलो तरी राजा म्हणून राज्यातील सर्व प्रजाजनांचे आहोत, हा राजधर्माचा विवेक

त्यांना कधीच सोडून गेला नाही. शाहू महाराजांच्या ठिकाणी ही विवेकबुद्धी होती म्हणूनच ब्राह्मण वर्गातील राजारामशास्त्री भागवतांसारखे प्रकांड पंडित, सांगलीचे नामवंत वकील गणेश रघुनाथ अभ्यंकर यांच्यासारखे प्रसिद्ध बुद्धिवंत, कुरुंदवाडचे बाळासाहेब पटवर्धनांसारखे उदारमनस्क जहागीरदार अशा अनेक नामवंत व्यक्ती त्यांच्यावर प्रेम करताना आढळतात.

संदर्भ

१. महात्मा फुले समग्र वाङ्मय, पृ. ७२

२. राजर्षी श्री शाहू महाराजांची भाषणे, पृ. ७३-७५

३. कित्ता, पृ. ११३

४. कित्ता, पृ. ९९-१००

५. राजर्षी शाहू स्मारक ग्रंथ, पृ. ७४१

६. राजर्षी शाहू छत्रपती- एक समाजक्रांतिकारक राजा, पृ. २४५

७. सत्यशोधक दीनमित्रकार मुकुंदराव पाटील यांचे समग्र वाङ्मय, पृ. ७१

८. राजर्षी शाहू छत्रपती, पृ. ३४४

९. कित्ता

१०. कित्ता, पृ. ३४३

११. छत्रपती राजर्षी शाहू महाराज आणि कायदेकानू, पृ. ५४-५५

१२. राजर्षी शाहू छत्रपतींचे निवडक आदेश, भाग-२, पृ. ३५

१३. राजर्षी शाहू : राजा व माणूस, पृ. २८३

१४. राजर्षी - एक व्यक्तिदर्शन, पृ. १३४

१५. कित्ता

१६. राजर्षी शाहू महाराजांची भाषणे, पृ. ८४-८५

१७. कित्ता, पृ. १०२

१८. राजर्षी शाहू छत्रपतींचे निवडक आदेश, भाग- १, पृ. १०३

१९. राजर्षी शाहू महाराजांची भाषणे, पृ. ८१-८४

२०. राजर्षी शाहू छत्रपती, पृ. ३२४

२१. कित्ता

२२.   राजर्षी शाहू स्मारक ग्रंथ, पृ. २९८

२३.   राजर्षी शाहू छत्रपतींचे निवडक आदेश, भाग-२, पृ. १०८

२४.   राजर्षी शाहू छत्रपती, पृ. २६९

२५.   राजर्षी शाहू छत्रपतींचे निवडक आदेश, भाग-२, पृ. २०

२६.   कित्ता, पृ. ८१-८२

२७.   कित्ता, भाग- १, पृ. ३४-३५

२८.   कित्ता, पृ. १७३

राजर्षी शाहू छत्रपती :
आर्यसमाजी की सत्यशोधकी?

विद्वानांमधील मतभेद

स्वातंत्र्याची चळवळ चालू असता ज्यांनी सामाजिक सुधारणा-चळवळी चालविल्या अशा थोर सुधारकांची त्यांच्या हयातीतच नव्हे, तर स्वातंत्र्य मिळाल्यानंतरही काही काळ उपेक्षाच झाली. या संदर्भात महात्मा फुले, राजर्षी शाहू महाराज, महर्षी विठ्ठल रामजी शिंदे या सुधारकांची उदाहरणे अत्यंत बोलकी आहेत. स्वातंत्र्य मिळून जेव्हा पाव शतकाहून अधिक काळ लोटला तेव्हा लोकांच्या लक्षात आले, की राजकीय स्वातंत्र्याने समाजाचे खरे प्रश्न सुटले नाहीत. देश स्वतंत्र झाला, पण जातिभेद, धर्मभेद, आर्थिक पिळवणूक या समाजरोगांपासून देशाची मुक्तता झालेली नाही. तेव्हा सामाजिक स्वातंत्र्याचा आग्रह स्वातंत्र्यपूर्व काळात ज्यांनी धरला व त्यासाठी ज्यांनी अविरत कष्ट उपसले, अशा या थोर सुधारकांची समाजाला पुन्हा आठवण होऊ लागली. अलीकडे गेल्या १५-२० वर्षांत राजर्षी शाहू महाराजांच्या चरित्राचे व कार्याचे मूल्यमापन करण्याची प्रवृत्ती वाढते आहे, याचे रहस्य हेच आहे. या कालावधीत शाहू महाराजांची अनेक चरित्रे, चरित्रपर लेख, चरित्र साधने प्रकाशित झाली आहेत. त्यांच्या कामगिरीचे मूल्यमापन अनेकांनी आपापल्या मतीने व दृष्टीने केलेले आहे.

शाहू चरित्रामधील काही वादग्रस्त स्थळांसंबंधी विद्वानांमध्ये मतभेद

होणे स्वाभाविक होते; किंबहुना असे मतभेद होऊन ज्ञानाच्या क्षेत्रात विचारमंथन होणे हे समाजाच्या बौद्धिक जीवनाच्या जिवंतपणाचे लक्षण मानावयास हवे. प्रस्तुत लेखात महाराजांचे जीवनचरित्र मांडायचे नसून, अशाच एका वादग्रस्त स्थळासंबंधी चर्चा करावयाची आहे.

राजर्षी शाहू महाराज- आर्यसमाजी?

'शाहू महाराज सत्यशोधकी कधीच नव्हते, ते विचाराने आणि आचाराने 'आर्यसमाजी' होते,' असे प्रतिपादन स. मा. गर्गे, डॉ. य. दि. फडके. तर्कतीर्थ लक्ष्मणशात्री जोशी यांसारख्या अनेक विद्वानांनी प्रतिपादन केले आहे. इतिहास संशोधन क्षेत्रात पुराव्याचे महत्त्व लक्षात घेतले, तर विद्वानांच्या मताच्या पुष्ट्यर्थ भरपूर पुरावा उपलब्ध आहे. किंबहुना खुद्द महाराजांनी आपण सत्यशोधकी नसून आर्यसमाजी आहोत, असे अनेक ठिकाणी जाहीरपणे आणि पत्रांतून सांगितलेले आहे. स. १९१८ च्या मुंबईतील एका जाहीर सभेत बोलताना महाराज म्हणाले होते, "क्षत्रिय कुलावतंस महाप्रतापी प्रतापसिंह हे व मी एका स्टीमरने राज्यारोहण समारंभाकरिता विलायतेस गेलो; तेव्हा त्यांनी मला ही मते (आर्यसमाजाची) समजावून दिली. त्यानंतर बरेच वर्षांनी पं. आत्माराम यांची गाठ पडली. तेव्हापासून अलीकडे मी या समाजाचा झालो... आर्यसमाज हा आम्ही व इंग्रज राष्ट्र यांस ऐक्याने जोडणारी साखळी आहे, याचे मोठे उदाहरण महाराज प्रतापसिंह होत."१

एका खासगी पत्रात महाराजांनी म्हटले आहे की, "मी स्वतः हृदयाने आर्यसमाजवादी आहे."२

तेव्हा फक्त कागदपत्रांचा पुरावाच विचारात घेतला तर महाराज आर्यसमाजीच होते, हे सिद्ध करण्यास मुळीच यातायात पडत नाही. खुद्द महाराजांचेच उद्गार तसे असल्याने या पक्षाच्या विद्वानांची बाजू बळकट आहे. महाराज इथेच थांबले नाहीत. यापुढे जाऊन त्यांनी "मी सत्यसमाजिस्ट केव्हाही नव्हतो व नाही," असे बडोद्याच्या 'जागृती' नावाच्या वृत्तपत्रात जाहीर केलेले आहे.३ महाराजांचे परमस्नेही खासेराव जाधव यांना लिहिलेल्या पत्रात तर महाराज त्याहीपुढे जाऊन म्हणतात,

"मी सत्यशोधक समाजाविरुद्ध आहे हे मी माझ्या प्रत्येक भाषणात स्पष्ट करित आहे." ४ तेव्हा गर्गे/फडके यांच्यासारख्या विद्वानांची बाजू

कशी बळकट झालेली आहे, हे आपल्या लक्षात येते.

राजर्षी शाहू महाराज- सत्यशोधकी?

आता दुसऱ्या मतप्रवाहाकडे वळू. महात्मा फुल्यांच्या निधनानंतर सत्यशोधक समाजाची चळवळ जवळजवळ मृतवतच झाली होती. स. १९१०-११ नंतर तिच्यात प्राण ओतला राजर्षी शाहू महाराजांनी आणि पुढे ती फोफावली महाराजांच्या प्रेरणेने आणि प्रोत्साहनानेच, हेही एक ऐतिहासिक सत्य आहे. शाहू महाराजांच्या प्रेरणेने आर्यसमाजाची स्थापना कोल्हापुरात सन १९१८ मध्ये झाली. पण त्यापूर्वी सन १९११ मध्येच महाराजांच्याच प्रेरणेने त्यांच्या भास्करराव जाधव, अण्णासाहेब लठ्ठे, महादेवराव डोंगरे इत्यादी सच्च्या अनुयायांनी कोल्हापुरात सत्यशोधक समाजाची स्थापना केली होती, हे ऐतिहासिक सत्य अभ्यासकांना डावलता येणार नाही. कोल्हापूरच्या सत्यशोधक समाजाचे मुख्य पुढारी भास्करराव जाधव मुंबईत सत्यशोधकांच्या एका जाहीर सभेत काय म्हणतात ते पाहा :

'कोल्हापूर समाजाचे काम कशाप्रकारे चालले आहे हे आपणास माहीत आहेच. त्याचे सर्व श्रेय श्रीमन्महाराज शाहू छत्रपतींस दिले पाहिजे. कारण त्यांनी उदार बुद्धीने आम्हास मदत देऊन धर्मविधी शिक्षणाचा वर्ग सुरू केला आहे.'५

पण सत्यशोधक समाजाच्या व त्याच्या कार्यकर्त्यांच्या दुर्दैवाने कोल्हापुरात लवकरच एडवर्ड बादशहाच्या पुतळ्यास डांबर फासण्याचा प्रकार घडला. हे कारस्थान जाधव-लठ्ठे यांच्या दरबारातील विरोधकांनी त्यांना बदनाम करण्यासाठी रचले होते. या कृत्याचा संबंध सत्यशोधक कार्यकर्त्यांशी जोडण्यात आला. प्रकरण इतके गंभीर झाले होते की, भास्करराव जाधव व डोंगरे यांना सत्यशोधक समाजाशी जाहीरपणे आपला संबंध तोडावा लागला व लठ्ठ्यांना तर कोल्हापुरातून पलायन करावे लागले.

अशा परिस्थितीत राज्यकर्ता म्हणून सत्यशोधक समाजाला व त्याच्या कार्यकर्त्यांना शाहू महाराज पाठीशी घालू शकत नव्हते. त्यांना या कार्यकर्त्यांच्या विरोधात उभे राहावे लागले. हे सर्वच प्रकरण १९१४-१५ या कालावधीत गाजले व शेवटी त्याचा काहीच छडा न

लागता ते विरूनही गेले. आणि मग लवकरच जाधव-लट्ठे यांच्यासारख्या नेत्यांनी पुन्हा सत्यशोधक समाजाचे कार्य जोमाने चालविले. इतके की कोल्हापूर संस्थानातच नव्हे, तर सर्व महाराष्ट्रभर खेड्यापाड्यांत सत्यशोधक समाजाच्या कार्याचा प्रभाव पसरला. सत्यशोधक समाजाच्या प्रचाराचे जालीम हत्यार म्हणजे त्यांचे सत्यशोधकी जलसे. या जलशांतून महाराष्ट्रातील ब्राह्मणी मक्तेदारीवर व जुलमी शेठसावकारीवर प्रहार होऊ लागले. या जलशांनी बहुजन समाजास जागृत करण्याची मोठी कामगिरी बजाविली.

शाहू महाराजांची भूमिका

या काळात शाहू महाराजांची भूमिका काय होती? महाराज अंतस्थपणे सत्यशोधक समाजास व त्याच्या कार्यकर्त्यांस साहाय्य करीत होते; पण त्याचबरोबर जाहीरपणे 'विश्वामित्री पवित्रा' घेऊन आपला सत्यशोधक समाजाशी काही संबंध नाही, आपण सत्यशोधकी नाही, असे सांगत होते. गमतीची गोष्ट अशी की, याच वेळी महाराष्ट्रातील सत्यशोधक कार्यकर्ते मात्र महाराजांना आपले 'सत्यशोधकी' नेते मानत होते. आपले प्रेरणास्थान मानत होते. याचे रहस्य काय?

महाराज आपला सत्यशोधक समाजाशी काही संबंध नाही, हे एवढ्यासाठी सांगत होते की, सत्यशोधक चळवळीने सर्व महाराष्ट्र व्यापला होता व सत्यशोधकी जलशांमुळे ठिकठिकाणी सामाजिक संघर्ष उभे राहिले होते. एवढेच नव्हे, तर काही ठिकाणी सत्यशोधक कार्यकर्त्यांवर त्यांच्या तथाकथित 'अत्याचारां'बद्दल खटलेही भरले गेले होते. ब्राह्मणी वृत्तपत्रे तर अशा अत्याचारांच्या वृत्तान्तांनी रकानेच्या रकाने भरीत होती. एवढेच नव्हे, तर यामागे शाहू महाराज असून, सरकारने त्यांचा बंदोबस्त करावा, अशी त्यांची आग्रही मागणी होती. आपल्या संस्थानांमधील संस्था व चळवळी यांवर महाराज नियंत्रण ठेवू शकत होते; पण संस्थानाच्या बाहेरच्या मुलखात त्यांचे नियंत्रण राहू शकत नव्हते. तेव्हा अशा परिस्थितीत आक्रमक सत्यशोधकांनी ब्राह्मण मंडळींशी केलेल्या संघर्षाची जबाबदारी एक संस्थानिक म्हणून महाराज घेऊ शकत नव्हते. आपण सत्यशोधक समाजाचे पुरस्कर्ते आहोत, असे महाराजांनी जाहीर करणे, म्हणजे सर्व महाराष्ट्रातील सत्यशोधकी कार्यकर्त्यांच्या कृत्यांची

नैतिक जबाबदारी त्यांनी स्वीकारण्यासारखे होते. कारण सर्व महाराष्ट्र त्यांना सत्यशोधक चळवळीचे आधारस्तंभ मानत होता.

अशा प्रकारे महाराज स्वतःला 'सत्यशोधकी' म्हणून जाहीर करू शकत नव्हते. तत्त्वतः ते सत्यशोधक समाजाचे अनुयायीही होऊ शकत नव्हते. याचे कारण सत्यशोधक समाजास वेदांचे श्रेष्ठत्व मान्य नव्हते आणि महाराज वेदांचे माहात्म्य मानणारे व वेदोक्त अधिकाराचा आग्रह धरणारे होते. 'वेद' हे ब्राह्मणांचे 'मतलबी ग्रंथ' असून त्यांनी समाजात 'भेद' निर्माण केले, हे सत्यशोधक समाजाचे जनक महात्मा फुले यांचे मुख्य प्रतिपादन होते. वैदिक संस्कृतीने निर्माण केलेली चातुर्वर्ण्य चौकट व त्यामधील जातिपातींचे- उच्च/नीचतेचे सर्वच कप्पे महात्मा फुल्यांना उद्ध्वस्त करायचे होते. महात्मा फुल्यांचे तत्त्वज्ञान वैदिक संस्कृतीची म्हणजेच ब्राह्मणी संस्कृतीची घटनाच मोडून टाकून नवसमाजाची निर्मिती करू पाहणारी होती.

महाराजांना आर्य समाजाचे आकर्षण का?

शाहू महाराजांचा सत्यशोधक समाजाशी केव्हा संबंध आला, याविषयी निश्चित सांगता येत नाही. पण सन १९१०-११ नंतर त्यांचा सत्यशोधक समाजाशी चांगला परिचय झाला असावा. पण तत्पूर्वीच म्हणजे १९०२ मध्येच महाराज आर्य समाजाच्या तत्त्वज्ञानाकडे आकर्षित झाले होते. याचे महत्त्वाचे मूळ कारण हे होते की, आर्य समाज ब्राह्मण वर्गाची मक्तेदारी मोडून वेदांचा अधिकार सर्व लोकांना देत होता. वर्णभेद/जातिभेद मानत नव्हता; अस्पृश्यता मानत नव्हता आणि वेदोक्त प्रकरणात कोल्हापुरातील व महाराष्ट्रातील ब्राह्मण वर्गाने महाराजांना वेदांचा अधिकार नाकारून त्यांची अस्मिता दुखावली होती. या पार्श्वभूमीवर महाराजांना आर्य समाजाविषयी विशेष ममत्व वाटणे स्वाभाविक होते. खुद्द महाराज एका खासगी पत्रात म्हणतात, "आर्य समाज आपणास वेदनिष्ठा शिकवितो; पुराणनिष्ठा नव्हे. कारण पुराणे ही वेदनिर्मितीनंतरच्या कालखंडातील निर्माण केलेल्या कल्पित कथा आहेत... आर्य समाजाची तत्त्वे मनुष्याची समानता शिकवितात आणि ब्राह्मणांची धार्मिक मक्तेदारी झुगारून देण्यास सांगतात.'६

वेदांवरील ब्राह्मणांची मक्तेदारी मोडून वेदांची द्वारे सर्वांना खुली करून देणारा आर्य समाज ही मूलतः सांस्कृतिक व धार्मिक चळवळ होती. धर्मसुधारणेच्या माध्यमातून समाजसुधारणा व त्यातून नव्या राष्ट्राची उभारणी, असा या चळवळीचा मार्ग होता. दुसरे म्हणजे, ही चळवळ अखिल हिंदुस्थानात फैलावली होती. त्या चळवळीशी नाते जोडल्याने महाराजांचा एका राष्ट्रीय स्तरावरील सांस्कृतिक चळवळीत सहभाग राहणार होता. राष्ट्रउभारणीच्या कार्यात शाहू महाराजांचे हे योगदान महत्त्वाचे ठरणार होते.

आर्य समाजातही दोन गट होते. महात्मा हंसराज, प्रतापसिंह महाराज, इत्यादींचा इंग्रज सरकाराशी एकनिष्ठ असणारा एक गट, तर लाला लजपतराय, स्वामी श्रद्धानंद इत्यादींचा इंग्रजविरोधी दुसरा गट. महाराज पहिल्या गटात सामील झाले होते. एक संस्थानिक या नात्याने त्यांना तसे करणे आवश्यक होते. आणखी एका गोष्टीसाठी महाराजांना आर्य समाजाची आपल्या संस्थानात आवश्यकता होती, ती म्हणजे संस्थानातील राजाराम कॉलेज, राजाराम हायस्कूल यांसारख्या शैक्षणिक संस्था चालविण्याची यंत्रणा व क्षमता या समाजाकडे होती; तशी ती सत्यशोधक समाजाकडे नव्हती, हे लक्षात घेतले पाहिजे.

आर्य समाजाला आपल्या संस्थानात स्थान देऊन साहाय्य करण्यात महाराजांचा मुत्सद्देगिरीचा एक डावपेचही होता. वेदोक्ताच्या भडक्यानंतर महाराष्ट्रात महाराजांनी ब्राह्मण वर्गाच्या वर्चस्वाविरुद्ध जो संघर्ष चालविला होता, त्यामध्ये आर्य समाजाच्या रूपाने एक नवे हत्यार महाराजांना गवसले होते. कुस्तीप्रमाणेच सामाजिक संगरात प्रतिस्पर्ध्यास चारही मुंड्या चित करण्याचा एकही डाव ते हुकवू इच्छित नव्हते. आमच्या मते महाराजांची वेदांवरील व वैदिक धर्मांवरील श्रद्धा हा महाराजांच्या श्रद्धेपेक्षाही सामाजिक डावपेचाचाच अधिक भाग होता. आधुनिक काळात स्वामी दयानंदांइतका वेदावरील अधिकार कोणाचा होता? अशा महर्षी दयानंदांचा आर्य समाज पाठीशी घेऊन महाराजांनी आपली ब्राह्मणविरोधी आघाडी बळकट केली होती. ब्राह्मणांचे समाजातील नेतृत्व मोडून काढण्यासाठी आर्य समाजास जणू त्यांनी आपल्या भात्यातील एक बाणच बनविले होते.

महाराजांचे सत्यशोधक समाजास मनोमन साहाय्य

याच उद्देशाने आर्य समाजाच्या बरोबरीनेच नव्हे, तर अग्रक्रमाने ते सत्यशोधक समाजास मोठे साहाय्य करीत होते. महाराज म्हणतात, ''दुसऱ्या एका उद्देशाने मी सत्यशोधक समाज व आर्य समाज यांना पाठिंबा देत आहे... वसतिगृहाच्या निर्मितीमुळे ब्राह्मणांचे सामाजिक आणि इतर क्षेत्रांतील नेतृत्व आम्ही नष्ट केले आहे; परंतु आता सत्यशोधक समाज व आर्य समाज या दोन्ही संस्थांच्या चळवळीमुळे त्यांचे धार्मिक नेतृत्वही नष्ट होईल, अशी अपेक्षा आहे.''[७]

सत्यशोधक समाजाला महाराजांनी असे भरघोस साहाय्य केले, की त्यास महाराज हे आपले प्रेरक व मार्गदर्शक आधार वाटल्यास नवल नव्हते. आणि म्हणूनच महाराजांचे समकालीन 'विजयी मराठा'कार श्रीपतराव शिंदे, 'जागृति'कार भगवंतराव पाळेकर, 'हंटर'कार खंडेराव बागल यांसारखे सत्यशोधकी विचारवंत पत्रकारही त्यांना 'सत्यशोधकी' म्हणत होते. श्रीपतराव शिंदे म्हणतात, 'गौतम बुद्धांना जसा त्यांच्या समता आणि शांती तत्त्वज्ञानाचा प्रसार करण्यास सम्राट अशोक भेटला, तसा महात्मा फुले यांना त्यांच्या सत्यशोधकी विचारांचा प्रसार करण्यासाठी राजर्षी शाहू छत्रपतींच्या रूपाने राजा भेटला.'[८]

महाराजांच्या निधनानंतर शोक व्यक्त करताना 'जागृति'कार पाळेकर लिहून जातात की, 'सत्यशोधक समाजाच्या चळवळीचा उजवा हात गळून पडला!'[९] खुद्द महाराजांच्या सहवासातील खंडेराव बागल याही पुढे जाऊन म्हणतात, 'शाहू महाराजांनी एका हातात सत्य समाज आणि दुसऱ्या हातात समता ही निशाणी घेऊन सर्व महाराष्ट्रभर महात्मा फुले यांची तत्त्वे चोहोकडे सर्वांसमोर मांडली.'[१०] अलीकडच्या काळात डॉ. वि. भि. कोलते, रा. ना. चव्हाण, डॉ. रमेश जाधव इत्यादी विद्वानांनी महाराज सत्यशोधकी विचाराचे व सत्यशोधक समाजाचे कैवारी असल्याचे जोरदार प्रतिपादन केलेले आढळते.

महाराज जाहीरपणे आपणास 'आर्य समाजी' म्हणवीत असता,

त्यांच्या जवळची भास्करराव जाधव, अण्णासाहेब लठ्ठे, महादेवराव डोंगरे, श्रीपतराव शिंदे, बाबूराव यादव, खंडेराव बागल इत्यादी मंडळी मात्र सत्यसमाजी आहेत; ती आर्य समाजी नाहीत, ही बाब ध्यानात घेतली पाहिजे. यांपैकी कोणी आर्य समाजाच्या भजनी लागले नाहीत की महाराजांनीही आर्य समाजाचा गोतावळा वाढविण्याचा प्रयत्न केलेला नाही. उत्तर भारतात ज्याप्रमाणे आर्य समाजाचा प्रसार झाला, तसा तो महाराष्ट्रात झाला नाही. याचे महत्त्वाचे कारण महाराष्ट्रात वरच्या स्तरात प्रार्थना समाज व खालच्या स्तरात सत्यशोधक समाजाचे कार्य जोमात चालू होते. आर्य समाजाच्या चळवळीची व्याप्ती प्रार्थना समाजासारखी बुद्धिजीवी वर्गापुरती मर्यादित होती. महाराष्ट्रातील बहुजनाच्या उद्धारासाठी आर्य समाजाच्या नव्हे, तर सत्यशोधक समाजाच्या प्रसाराची गरज होती. आणि हे शाहू महाराजांनी मनोमन जाणले होते.

'लेबल'ची आवश्यकता नाही!

सत्यशोधक समाज हा या भूमीतील नैसर्गिक अंकुर होता. या समाजाचा मूळ संस्थापक हाच मुळी शूद्र समजल्या गेलेल्या जातीत उत्पन्न झाला होता. आणि या समाजाचे मूळ उद्दिष्टच मुळी ब्राह्मणी वर्चस्वातून शूद्रातिशूद्रांची मुक्तता करणे, हे होते. स्वाभाविकच शिक्षणाच्या प्रसाराने जागे झालेल्या व आपल्या समाजासाठी काही करावे असे वाटणाऱ्या बहुजन समाजातील सुशिक्षितांना आर्य समाजापेक्षा सत्यशोधक समाजाची ओढ लागणे स्वाभाविक होते.

वास्तविक वेदनिष्ठा हा एक मुद्दा सोडल्यास महाराजांनी आपल्या आयुष्यात अंगीकारलेले कार्य व सत्यशोधक समाजाच्या मूळ संस्थापकाचे कार्य, यात काही फरकच नव्हता. ब्राह्मणांची धार्मिक आणि सामाजिक क्षेत्रांतील मक्तेदारी मोडून काढणे, जातिभेद निर्मूलन करणे, अस्पृश्यांचा उद्धार करणे, अज्ञ जनतेमध्ये प्राथमिक शिक्षणाचा प्रसार करणे, यासाठी महाराजांनी आपली सर्व शक्ती पणास लावली होती. एका अर्थने हे कार्य सत्यशोधक समाजाचेच कार्य होते, आणि म्हणूनच त्या समाजाचे अनुयायी महाराजांना 'सत्यशोधकी' मानत होते. यात समाजाच्या अनुयायांच्या विचारांची गफलत नव्हती, तर महाराजांच्या कार्याचे

वास्तव मूल्यमापन होते. याचा अर्थ असा होतो की, स्वतःस 'आर्य समाजी' म्हणवीत असता शाहू महाराज प्रत्यक्षात सत्यशोधक समाजाचे 'खरे कार्य' करीत राहिले; पण तसे करीत असता आपल्या कार्यात सत्यशोधक समाजाचे 'लेबल' लावण्याची त्यांना आवश्यकता भासली नाही.

समकालीनाची एक बोलकी आठवण

महाराज ज्या आर्य समाजाचे स्वतःला अनुयायी समजत होते, त्या समाजाच्या तत्त्वांचे तरी ते काटेकोर पालन करीत होते, असे दिसत नाही. आर्य समाज मूर्तिपूजा त्याज्य मानतो. पण महाराज शेवटपर्यंत आपल्या राजवाड्यात देवदेवतांच्या पार्थिव मूर्तींची पूजा करीत राहिले. आर्य समाजाचे होमहवनाचे कर्मकांडही त्यांना मान्य नव्हते आणि मग शेवटी राहतो तो त्यांच्या वेदनिष्ठेचा मुद्दा. त्यासंबंधी एक अप्रकाशित अशी आठवण या ठिकाणी सांगण्यासारखी आहे.

महाराजांनी पुरोहितांस बहुजनांची धर्मकृत्ये करता यावीत, म्हणून 'वैदिक स्कूलची' स्थापना केली, हे सर्वज्ञात आहेच. या स्कूलमध्ये बहुजन समाजातील मुले वैदिक विधींचे शिक्षण घेत असत. एकदा महाराज या स्कूलमध्ये आले आणि संचालकास म्हणाले, ''माझ्या वडिलांचे श्राद्ध उद्या आहे, तुमच्या विद्यार्थ्यांकडून मला ते करायचे आहे.'' संचालक महाराजांकडे पाहतच राहिले. कोल्हापुरात वेदशास्त्रसंपन्न पुरोहित काय कमी होते? हवा असला तर बहुजन समाजातीलही ज्ञानी पुरोहित मिळाला असता. मग या मुलांच्याकडूनच श्राद्धविधीचा महाराजांचा आग्रह पाहून ते अचंब्यात पडले व ते म्हणाले, ''महाराज या मुलांना तसे काही फारसे येत नाही. अनुभवी व जाणता माणूस आपण पाहावा.'' यावर महाराजांनी काय उत्तर द्यावे? ते म्हणाले, ''हे बघा, ही माझी मुले आहेत, बहुजन समाजाची मुले आहेत. त्यांनी बाराखड्या म्हणू देत, मला ते चालेल; पण मला भटजी पुरोहित नको आहे.'' (ही आठवण त्या काळी वैदिक स्कूलमध्ये शिकणाऱ्या व नंतर तुळजाभवानी मंदिरात पुरोहित असणाऱ्या कै. दत्तात्रय कुशाप्पा बिराडे (वय वर्षे ९०) यांनी सांगितली आहे.)

राजर्षी शाहू महाराज- एक महापुरुष

ही आठवण फार बोलकी आहे. महाराजांच्या चरित्रामधील आर्य समाजाचे स्थान व त्यांची वेदांवरील निष्ठा या गोष्टीसंबंधी कोणाही अभ्यासकास ती अंतर्मुख करावयास लावणारी आहे. वेदांच्या अधिकारासाठी महाराजांचा आग्रह होता तो काही वैदिक परंपरांचे पुनरुज्जीवन करण्यासाठी नव्हता. ब्राह्मण वर्गाने मक्तेदारीने वेदांचा अधिकार आपल्याकडे ठेवला होता. ती मक्तेदारी महाराजांना मोडून काढायची होती. डॉ. बाबासाहेब आंबेडकरांनी नाशिकच्या काळाराम मंदिरात प्रवेशासाठी सत्याग्रह केला, तो काही रामाविषयीच्या श्रद्धेपोटी नाही, तर हिंदू म्हणून त्यांना मंदिरात प्रवेश करण्याचा हा जो अधिकार होता, त्याच्या आग्रहासाठी. राम काळा की गोरा याला महत्त्व नाही. मंदिरप्रवेशाच्या संघर्षातील सामाजिक स्वातंत्र्याच्या व समतेच्या तत्त्वास महत्त्व आहे.

आमच्या मते, महाराजांनी अशा सामाजिक स्वातंत्र्यासाठी, समतेसाठी आर्य समाज, सत्यशोधक समाज, थिऑसॉफी, ख्रिश्चन मिशन अशा अनेक सामाजिक संस्थांचा उपयोग आपल्या कार्यासाठी करून घेतला. अकबराने जसे आपल्या धर्मजिज्ञासेपोटी सर्व धर्मांना जवळ केले, त्यांच्या ठिकाणी जे जे चांगले आहे त्यांचा संग्रह केला, तसे महाराजांनी अज्ञ बहुजनांच्या कल्याणाच्या तळमळीपोटी या सर्व सामाजिक संस्थांना जवळ केले आणि त्यांच्या ठिकाणी असणाऱ्या सर्व विधायक शक्तींचा उपयोग करून घेतला. पण अकबराने आपला नवीन पंथ स्थापन केला, तसा पंथ महाराजांनी स्थापन केला नाही. तशी त्यांना गरजही नव्हती.

आणखी एक मुद्दा स्पष्ट व्हायला हवा. अनेक विद्वानांनी महाराजांना म. फुले यांचे 'अनुयायी' अथवा 'शिष्य' मानले आहे. आमच्या मते, महाराज हे एक महापुरुष होते. आणि 'महापुरुष' कोणाचे अनुयायी असत नाहीत. शिवछत्रपती कोणाचे 'अनुयायी' नव्हते. त्यांच्यासारखे महापुरुष स्वयंभू असतात. त्यांच्या अंतःकरणातील मानवतेची प्रेरणाच त्यांच्या मार्गावर त्यांना पुढे रेटीत असते. महापुरुष समाजातील अनेक व्यक्तींचे व शक्तींचे साहाय्य जरूर घेतो; पण त्याचा मार्ग हा त्यालाच निर्माण करायचा असतो. तो त्याचाच मार्ग असतो. शाहूचरित्र अभ्यासत असता, इतिहासकारांनी हा दृष्टिकोन स्वीकारला, की मग

'आर्य समाजी' शाहू महाराज 'मूर्तिपूजा' कशी करतात व 'सत्यशोधकी' शाहू महाराज 'क्षात्रजगद्गुरूचे' पीठ कसे निर्माण करतात, या वरवर गूढ वाटणाऱ्या प्रश्नांची उत्तरे सहजासहजी उलगडू लागतात.

संदर्भ

१.   शाहू छत्रपती आणि लोकमान्य, पृ. १८७

२.   राजर्षी शाहू छत्रपती, पृ. ३२०

३.   शाहू छत्रपती आणि लोकमान्य, पृ. १८६

४.   कित्ता

५.   कित्ता, पृ. १९७

६.   राजर्षी शाहू छत्रपती, पृ. ३२०

७.   कित्ता

८.   राजर्षी शाहू छत्रपती : वाद आणि वास्तव, पृ. ४७

९.   कित्ता, पृ. ४३

१०.   कित्ता

विशेष टीप :

राजर्षी शाहू स्मारक ग्रंथाचे काम करीत असता कोल्हापूरच्या 'श्रीशाहू सत्यशोधक समाजा'च्या वतीने सन १९३३ मध्ये सत्यशोधक समाजाच्या हीरक महोत्सवानिमित्त प्रकाशित झालेला 'हीरक महोत्सवी ग्रंथ' आमच्या वाचनात आला. या ग्रंथात महाराष्ट्रात ठिकठिकाणी असलेल्या सत्यशोधक समाजाच्या शाखांचे वृत्तान्त थोडक्यात दिले आहेत. त्यामध्ये सातारा जिल्ह्यातील केंजळ गावच्या सत्यशोधक समाजाची पुढील माहिती दिली आहे.

केंजळ सत्यशोधक समाज :

केंजळ, ता. वाई. जि. सातारा या गावी सन १९१०मध्ये श्री. मानसिंगराव केशवराव जगताप इनामदार यांनी काही तरुणांच्या साहाय्याने सत्यशोधक समाजाची स्थापना केली.

श्री. मानसिंगराव यांनी ४-५ वेळा मुंबई, येरवडा जेल, पुणे

पर्णकुटी, कऱ्हाडी दांडी या ठिकाणी महात्मा गांधी यांना भेटून सत्यशोधक समाजाने अस्पृश्यता निवारणाचे कामी केलेल्या कार्याची आठवण देऊन महात्मा जोतिराव फुले व कै. छत्रपती शाहू महाराज यांचे अस्पृश्योद्धाराचे कार्य निवेदन केले. तेव्हा महात्माजी म्हणाले –

'सत्यशोधक समाजाच्या तत्त्वाप्रमाणे कै. छत्रपती शाहू महाराज यांनी अस्पृश्यता नष्ट केली. हा त्यांनी स्वराज्याचा खरा पाया घातला आहे. याची मला पूर्ण जाणीव आहे. प्रत्येकाने हा कित्ता पुढे ठेवून वागण्याचा प्रयत्न करावा.'

राजर्षी शाहू छत्रपती आणि क्षात्रजगद्गुरू

शाहू महाराजांच्या चरित्रामधील १९२० च्या सुमाराचा काळ हा समाजसुधारणांच्या विचारांनी मंतरलेला होता. या काळात अनेक अन्यायमूलक सामाजिक रूढीपरंपरांना धक्के देणारे कायदे व उपाययोजना घडून आल्या. क्षात्रजगद्गुरू पदाची निर्मिती ही त्यांपैकीच एक उपाययोजना होय. वर्णवर्चस्ववादी समाजाला धक्का देणारी, एवढेच नव्हे, तर सत्यशोधकांसारख्या मूलभूत परिवर्तनवाद्यांनाही संभ्रमात टाकणारी ही उपाययोजना होती. महाराजांच्या या कृतीने महाराष्ट्राच्या तत्कालीन समाजकारणात वादळ उठून ती वादग्रस्त ठरली; इतकेच नव्हे, तर त्यानंतरच्या काळातही महाराजांच्या चरित्र अभ्यासकांमध्ये ती मतांतर होण्यास कारणीभूत झाली.

क्षात्रजगद्गुरू पीठाच्या निर्मितीची पार्श्वभूमी

क्षात्रजगद्गुरूपदाची निर्मिती ही शाहू महाराजांना आकस्मिक सुचलेली कल्पना नव्हती. तिची मुळे वेदोक्त कालखंडातील ब्राह्मण पुरोहितशाहीविरुद्ध लढल्या गेलेल्या संघर्षात होती. 'वेदोक्ता'मध्ये अहंकारी पुरोहितशाहीचे चटके बसल्यावर तिच्या विळख्यातून आपल्या ज्ञातीस मुक्त करण्याचे विचार त्यांच्या मनात डोकावून गेले होते. फेब्रुवारी १९०४ मध्ये आपल्या एका स्नेह्यास लिहिलेल्या पत्रात महाराजांनी म्हटले आहे, 'दैवज्ञ सोनारांप्रमाणेच आमच्या जातीचेही उपाध्ये असावेत, असे आम्हास वाटते. शेणवी लोकांनीही अशाच प्रकारची व्यवस्था केली आहे व या समाजाचे ब्राह्मणांच्या मदतीखेरीज चांगले चालले आहे; परंतु आमचे

धार्मिक विधी करण्यासाठी ब्राह्मणांची मने वळवून कायमची तेढ उत्पन्न होण्याचा प्रसंग टाळावा, असे म्हणणारेही काही जण आम्हांमध्ये आहेत. सोनार व शेणवी लोकांप्रमाणे ब्राह्मणांचे जू फेकून देऊन सुस्थितीला पोचलेल्या लिंगायत व जैन लोकांचीही उदाहरणे आहेत.'[१]

त्यानंतरच्या काळात पंचगंगेतून बरेच पाणी वाहून गेले होते. करवीर पीठाच्या जगद्गुरू शंकराचार्यांचे अनेक बरे-वाईट अनुभव शाहू महाराजांच्या गाठीशी जमा झाले होते. मध्यंतरी १९१७ मध्ये त्यांनी महाभागवत डॉ. कुर्तकोटी यांना करवीर पीठावर शंकराचार्य म्हणून आरूढ केले होते. डॉ. कुर्तकोटी हे मोठे विद्वान गृहस्थ होते. पौर्वात्य व पाश्चिमात्य संस्कृतींचा समन्वय साधणाऱ्या त्यांच्या सुधारणावादी विचारांनी प्रभावित होऊन महाराजांनी त्यांची करवीर पीठावर नेमणूक केली होती. पीठासनावर आरूढ झाल्यावर काही दिवस त्यांनी अनेक सुधारणांचा आपल्या भाषणांतून जोरकस पुरस्कार केला. अस्पृश्यतेचा जाहीर निषेध केला. पण वर्षभराच्या आतच त्यांनी आपले अंतरीचे प्रतिगामी स्वरूप प्रकट करायला सुरुवात केली. त्याचा प्रारंभ कुलकर्णी वतनाच्या प्रकरणात कुलकर्ण्यांची बाजू घेण्यापासून झाला, आणि त्याचा शेवट छत्रपतींशी वितुष्ट येऊन डॉ. कुर्तकोटींनी आपला पदत्याग करण्यात झाला – (ऑक्टो. १९१८). ''कर्तृत्व, नैतिक पातळी व न्यायप्रियता इत्यादीसंबंधीच्या आपल्या बोलांना मी भाळलो आणि फसलो'' असे पश्चात्तापदग्ध उद्गार काढण्याची पाळी महाराजांवर आली[२] डॉ. कुर्तकोटींनंतर आत्मारामशास्त्री चित्रे यांना करवीरचे शंकराचार्य म्हणून मान्यता मिळाली.[३] पीठ रिकामे पडले नाही हे खरे; पण या पीठावरील जगद्गुरूकडून बहुजन समाजाला न्याय मिळू शकेल, ही महाराजांची आशा कायमची लोप पावली.

मग आपल्या ज्ञातीच्या लोकांची धर्मकृत्ये आपल्याच ज्ञातीच्या पुरोहितांकडून करवून घेऊन ब्राह्मण पुरोहिताचे धार्मिक जोखड कायमचे फेकून देण्याचा शाहू महाराजांनी निर्णय घेतला व त्यानुसार कोल्हापुरात जुलै १९२० मध्ये मराठा पुरोहित तयार करण्यासाठी 'श्री शिवाजी वैदिक विद्यालय' स्थापन केले.

पण महाराजांचे विचार एवढ्यावरच थांबलेले नव्हते. आपल्या ज्ञातीसाठी स्वतंत्र 'जगद्गुरू' निर्माण करावा, या निर्णयाप्रत ते येऊन

पोहोचले होते. या सुमारास इंदूरच्या नरेशांस लिहिलेल्या पत्रात महाराज म्हणतात,

'मला असे कळते की, आपण क्षत्रियाला अनुरूप असे वेदोक्त पद्धतीने सर्व धार्मिक संस्कार करून घेण्याची आपली इच्छा आहे. आम्ही येथे अशी कृती केली आहे, हे आपणास विदित आहेच. आमच्या या उद्दिष्टांचा पाठपुरावा करावा म्हणून आम्ही 'शिवाजी क्षत्रिय समाज' नावाची संस्था स्थापन केली आहे. आमची सर्व धार्मिक कार्ये मराठ्यांकडून करवून घेण्याची व्यवस्था केली आहे. आमच्या या संस्थेला कायमचे स्वरूप यावे म्हणून आम्ही पाटगाव येथील विख्यात देवतुल्य मौनी महाराजांच्या गादीचा उपयोग करू इच्छितो. मौनीबुवा हे क्षत्रिय संत होते आणि ते सर्व मराठ्यांना पूजनीय वाटतात. खरोखरीच ते मराठ्यांचे जगद्गुरू होते आणि ते धार्मिक पूजा वेदोक्त रीतीने चालवीत असत. आम्ही त्या गादीवर योग्य अशा मराठ्याची नेमणूक करून त्या गादीचे पुनरुज्जीवन करू आणि ते आमचे अधिकृत जगद्गुरू होतील... आपल्या संस्थानामध्ये मराठ्यांचे धार्मिक संस्कार वेदोक्त पद्धतीने होतात की नाही हे पाहणे आपले काम आहे. धार्मिक बाबतीत मराठ्यांच्या मार्गात ज्या अडचणी निर्माण होतील त्या दूर करणे, हे आपले कर्तव्य आहे. पुरोहिताशी तुल्यबळ ठरतील असे मराठे आपल्या पदरी असणे आवश्यक आहेत. या रीतीने आम्ही ब्राह्मणांचे धार्मिक जू फेकून देऊन त्या धूर्त जातीच्या धार्मिक प्रभावापासून मुक्त व्हावे, असे ठरविले आहे.'४

शाहू महाराजांचे उपरोक्त विचार बारकाईने अवलोकन केल्यास असे दिसून येते की, क्षात्रजगद्गुरू पदाची निर्मिती म्हणजे वेदोक्त कालखंडात वर्णवर्चस्ववादी ब्राह्मण वर्गाशी सुरू झालेल्या संघर्षाची परिणती होती. केवळ ब्राह्मणांच्या बरोबरीचे वैदिक हक्क प्राप्त करून हा संघर्ष थांबणार नव्हता, तर त्यांचे 'धार्मिक जू फेकून देऊन' त्यांच्या 'धार्मिक प्रभावापासून मुक्त' होण्याची प्रक्रिया पूर्ण केल्यानेच वेदोक्त संघर्षाचे उद्दिष्ट साध्य होणार होते. तत्कालीन कागदपत्रांवरून असे दिसते की, महाराजांनी 'क्षात्रजगद्गुरू पद' निर्माण करण्याचा आपला इरादा लोकमत अजमावण्यासाठी जाहीरपणे प्रकट केला होता आणि त्यानुसार महाराष्ट्रातील बहुजन समाजातील जागृत वर्गात त्याविषयी

साधकबाधक चर्चाही सुरू झाली होती. मराठा ज्ञातीमधील अनेक सद्‌गृहस्थांनी महाराजांचा क्षात्रजगद्‌गुरू पदाचा विचार उचलून धरला व त्याप्रमाणे आपली अनुकूलतेची पत्रेही त्यांना पाठवली. पण महर्षी रा. शिंदे यांनी वेगळाच विचार मांडला. त्यांनी म्हटले,

'धार्मिक बाबतीत काही वाद निघाल्यास त्यात अखेरचे मत अभिषिक्त राजाने द्यावे, अशी परंपरा पहिल्या शाहू महाराजांपासून आहे, असे इतिहास सांगतो. आता छत्रपती शाहू महाराजांनी दुसऱ्या कोणाला जगद्‌गुरू न नेमता त्याचे सर्व अधिकार आपणच चालवावेत.'५ तात्त्विकदृष्ट्या हे मत योग्य असले तरी व्यावहारिकदृष्ट्या छत्रपतींनीच धार्मिक व्यवहारांवर अधिकार चालवणे गैरसोयीचे व अडचणीचे ठरले असते. एकूण 'क्षात्रजगद्‌गुरू'च्या संकल्पनेत ही गोष्ट बसणारी नव्हती.

क्षात्रजगद्‌गुरू पदाच्या निर्मितीचा जाहीरनामा

१२ ऑक्टो. १९२० रोजी शाहू महाराजांनी क्षात्रजगद्‌गुरूसंबंधीचा जाहीरनामा प्रसिद्ध केला. त्यात त्यांनी क्षात्रजगद्‌गुरूच्या पदाची निर्मिती आपण का करीत आहोत, त्यामागची आपली तात्त्विक भूमिका काय आहे, याचे सविस्तर स्पष्टीकरण केले होते. ते म्हणतात,

'हल्ली हिंदू समाजात ब्राह्मण व ब्राह्मणेतर असे दोन पक्ष होऊन त्या दोहोंमध्ये निष्कारण वाद उत्पन्न होऊन विकोपास गेल्याची स्पष्ट चिन्हे दिसत आहेत. ही स्थिती देशहितास कोणत्याही प्रकारे इष्ट नाही. ब्राह्मणेतरांस ब्राह्मण वर्ग धार्मिक व सामाजिक बाबतीत हीन लेखितो, हे अगदी उघड आहे. हिंदू जनतेचा धर्म वैदिक असून, तो सर्वसंग्राहक असताही ढोंगी प्रचलित ब्राह्मणी धर्माने त्याचे स्वरूप आकुंचित व पुराणवादी पौरुषेय कल्पनामिश्रित केले आहे. या योगे खऱ्या वैदिक धर्माच्या उज्ज्वल स्वरूपाची जाणीव जनतेस लुप्तप्राय होऊ लागली आहे, ही अत्यंत शोचनीय गोष्ट आहे. अशा स्थितीमुळे लोकांची वैदिक पद्धतीने संस्कृती होण्यास व त्या योगे वैदिक धर्माचे खरे स्वरूप जाणण्यास काही साधन राहिले नाही. ब्राह्मण वर्ग व त्यांच्यातीलच जगद्‌गुरू म्हणविणारे यांचे लक्ष्य सनातन वैदिक धर्माकडे असावे तितके नाही व त्यांच्या हातून इतरांची धर्मश्रुती होणे शक्यता नाही, असे ब्राह्मणेतरांचे म्हणणे असून, तशा तऱ्हेची विनंतिपत्रेही इकडे आली

आहेत.... या सर्व अर्जांचा व साधकबाधक गोष्टींचा योग्य विचार करून इकडून असे ठरविण्यात येत आहे की, मराठा व ब्राह्मणेतर मंडळींचा विचार फार स्तुत्य असून, इकडे पसंत आहे. एकाच राष्ट्रात राहून धार्मिक बाबतीत ब्राह्मणांशी वारंवार वाद करीत बसणे, हे राष्ट्रासही विघातक आहे. आळस सोडून स्वतः प्रयत्न करणे मानवी कर्तव्य आहे.'

'करवीर राज्यात क्षत्रिय मराठ्यांचे खरे जगद्गुरू स्थान फार प्राचीन आहे. पण आम्हा क्षत्रिय मराठ्यांत आजवर त्याची विस्मृती पडली होती. ते गुरुस्थान पाटगाव मौनी महाराजांचे होय. याच मौनी गुरुमहाराजांनी क्षत्रियांतील देव अवतार जे श्री शिवछत्रपती यांना उपदेश केला होता, हे इतिहासप्रसिद्ध आहे. श्री शिवछत्रपती हे कोणत्याही संकटकाळी मौनी महाराजांकडे जाऊन त्यांचा आशीर्वाद घेत असत. यामुळे त्यांना कोणत्याही कृत्यात अपयश आले नाही. रामदास किंवा दादोजी कोंडदेव हे श्री शिवाजी महाराजांचे गुरू होते, ही क्लृप्ती ब्राह्मणांचीच आहे. त्याबद्दल इतिहासात कोठेही सबळ पुरावा नाही. परंतु या गादीबद्दल कोल्हापुरास व साताऱ्यास भरपूर पुरावा मिळतो. श्री शिवाजी महाराजांनंतर कोल्हापूरची गादी स्वतंत्र स्थापन झाल्याने, नंतर कोल्हापूरचे महाराजही त्यांना जगद्गुरू मानीत असत व त्या संस्थानचा परामर्ष व उत्कर्ष व्हावा या हेतूने त्यांनी इनाम गावेही पाटगाव संस्थानास दिली आहेत. यावरून कोल्हापूर महाराजांना हे संस्थान अत्यंत पूज्य होते, हेही निर्विवाद शाबीत होते. ही गादी निव्वळ क्षत्रिय मराठ्यांची असून, शिष्य परंपरेने आजवर चालत आलेली आहे. अशा पवित्र गादीवर क्षत्रिय मराठा वर्गातील सत्पुरुषाची स्थापना करून ते आपले जगद्गुरू पीठ नावलौकिकास आणून क्षत्रिय मराठा यांना याचा योग्य प्रकारे धर्मसंबंधात उपयोग व्हावा, अशी इकडील इच्छा आहे. हल्ली हे संस्थान कोणी शिष्य नसल्यामुळे सरकार वहिवाटीत आहे. ते सर्व उत्पन्न या पीठाकडे पूर्ववतप्रमाणे चालविण्यात येत आहे व या संस्थानचा सदैव उत्कर्ष होत जावा, याकरिता पुढील नियम मुक्रर करण्यात येत आहेत :
१. धार्मिक बाबींच्या विचाराकरिता एक धर्माधिकारी असावा व धर्मनिर्णयाकरिता एक पंचायत कोर्ट असावे.
२. वैदिक धर्मशिक्षण देण्याचे एक विद्यालय असावे.

३. या गादीस दोन मोरचलांचा व सूर्यपानाचा अधिकार इकडून देण्यात येत आहे.

४. या गादीवर क्षत्रियकुलोत्पन्न सदाशिवराव लक्ष्मणराव पाटील राहणार बेनाडी यांस जगद्गुरू नेमण्यात आले आहे.... या जगद्गुरूंनी मानवी प्राण्यास पशूप्रमाणे वागवून त्यांचे खांद्यावर वगैरे वाहन देऊन त्यात बसून जाण्याचे वर्ज्य करण्याचे आहे. त्यांचे प्रवासाकरिता चार घोडी व मठाच्या शोभेकरिता असलेल्या जनावरांचा उपयोग त्यांनी करावा.६

याच तारखेचा आणखी एक हुकूम शाहू महाराजांनी गॅझेटमध्ये प्रसिद्ध केला. त्या अन्वये क्षात्रजगद्गुरू पीठावर आरूढ होणाऱ्या व्यक्तीस अविवाहित राहण्याच्या परंपरेची सक्ती दूर करण्यात आली. या हुकमात महाराजांनी म्हटले होते की, या परंपरेमुळे जगद्गुरूंस लग्न करण्याची इच्छा झाल्यास त्यांस प्रतिबंध राहणार नाही.७ ऐन तारुण्यात असणाऱ्या सदाशिवराव पाटलांवर आजन्म ब्रह्मचर्याची सक्ती करणे महाराजांना अन्यायकारक व अव्यवहार्य वाटत होते.

क्षात्रजगद्गुरूंची स्थापना

सदाशिवराव लक्ष्मण पाटील हे फर्ग्युसन कॉलेजचे संस्कृत व तत्त्वज्ञान या विषयांचे बुद्धिमान विद्यार्थी होते. वृत्तपत्रांत प्रसिद्ध झालेले त्यांचे काही लेखही शाहू महाराजांच्या वाचनात आले होते. त्यावरून समाजहिताची तळमळ असणाऱ्या सदाशिवरावांची क्षात्रजगद्गुरू म्हणून होणारी निवड योग्यच ठरेल, असा विश्वास त्यांना वाटत होता. ११ नोव्हेंबर १९२० रोजी पाटगावच्या मौनी महाराजांच्या मठात सदाशिवरावांना सशास्त्र पट्टाभिषेक होऊन वैदिक मंत्रांच्या घोषात क्षात्रजगद्गुरूपदी स्थापन करण्यात आले. या निमित्ताने भरवलेल्या खास दरबारात खुद्द शाहू महाराजांनी नूतन क्षात्रजगद्गुरूंस वाकून मुजरा केला! त्यांचे अनुकरण दरबारातील सर्व सरदार-मानकऱ्यांनी आणि अधिकाऱ्यांनी केले.

अपवाद झाला तो भास्करराव जाधवांचा! महाराजांनी सुचवूनही त्यांनी मुजरा केला नाही. क्षात्रजगद्गुरूंचे हे पद म्हणजे देव व मानव यांच्यामधील मध्यस्थच आहे, अशी कट्टर सत्यशोधकी भास्कररावांची

भावना झाली होती. म्हणून आपल्या तत्त्वनिष्ठेसाठी त्यांनी दरबारातील आपले सर्वस्व पणाला लावले होते. आपली अवज्ञा झाल्याचे पाहताच महाराजांनी संतापून त्यांना दरबार सोडून जाण्यास सांगितले. भास्कररावांनी ही आज्ञा मात्र पाळली. दरबार संपला. लोकांना वाटले की भास्कराव आता महाराजांच्या कडक शिक्षेस बळी पडणार. पण महाराजांची पुढची कृती सर्वांना धक्का देणारी ठरली. भास्कररावांना घोडागाडी पाठवून त्यांनी राजवाड्यात बोलावून घेतले आणि त्यांच्या तत्त्वनिष्ठेची प्रशंसा केली : 'जाधवराव, शाबास. भर दरबारात महात्मा फुले यांच्या सत्य तत्त्वांचा एवढा करारीपणा दाखविलात तुम्ही. मला फार आनंद झाला. आमच्या संस्थानात तुमच्यासारखे सडेतोड निःस्पृही आहेत, याचा आम्हाला फार अभिमान आहे.'८

आपले क्षत्रिय 'जगद्गुरू' हे शंकराचार्यांच्या मठातील ब्राह्मण 'जगद्गुरू'हून वेगळे असावेत, अशी शाहू महाराजांची अपेक्षा होती. ब्राह्मण जगद्गुरूप्रमाणे भक्तांकडून भिक्षा म्हणून द्रव्य संपादन करणे, पाद्यपूजा करवून घेणे, भक्तांनी खांद्यावर घेतलेल्या पालखीतून मिरवणे, या अनिष्ट प्रथांपासून महाराजांचे जगद्गुरू दूर राहणार होते. १९२१ च्या प्रारंभी आपल्या जगद्गुरूंना महाराजांनी लिहिलेले एक पत्र उपलब्ध आहे. त्यात ते लिहितात :

'श्री क्षात्रकुलोत्पन्न जगद्गुरू पाटगाव पीठ यांचे सेवेशी- सेवक शाहू छत्रपती सरकार करवीर याजकडून. स्वामींनी आपल्या कार्यास लवकर आरंभ करावा. फिलासफीचा अभ्यास सुरू ठेवावा. आपण आपले ध्येय देवासंबंधी दलाल असू नये असे ठेवावे. तसेच इतर स्वामींप्रमाणे आपले ध्येय असू नये. देशसेवा-लोकसेवा असेच ध्येय ठेवावे. पाटगावास वेदशाळा स्थापन करून त्याचे प्रॉस्पेक्ट्स इकडे पाठवावे. मी अज्ञ शिष्याने बहुत काय लिहावे. ता. २४ जाने. १९२१'९

हे छोटेसे पण आशयाने घनसंपन्न असलेले पत्र महाराजांच्या क्षात्रजगद्गुरू संबंधीच्या आशा-आकांक्षांविषयी खूप काही सांगून जाते. खुद्द महाराज क्षात्रजगद्गुरूंना देव व मानव यांच्यामधील 'दलाल' समजत नव्हते; एवढेच नव्हे तर असे 'दलाल' समाजात निर्माण होणार नाहीत, असेच त्यांचे प्रयत्न असले पाहिजेत, अशी त्यांची अपेक्षा होती, हे यातून स्पष्ट होते.

क्षात्रजगद्गुरू पीठाचे पडसाद

शाहू महाराजांच्या क्षात्रजगद्गुरू पीठाच्या निर्मितीचे पडसाद जसे विरोधी गोटात उमटले, तसे त्यांच्याबरोबर समाजसुधारणा चळवळीत कार्य करणाऱ्या मंडळीच्या गोटातही उमटले. भास्करराव जाधव, महर्षी वि. रा. शिंदे, प्रबोधनकार ठाकरे यांसारख्या सत्यशोधक समाजाच्या तत्त्वांचा पुरस्कार करणाऱ्या बहुजन समाजातील विचारवंतांनी तीव्र शब्दांत आपली नापसंती व्यक्त केली. भास्कररावांनी तर भर दरबारात छत्रपतींच्या समोर 'एक प्रामाणिक सत्यशोधक आणि स्वर्गस्थ महात्मा जोतिराव फुले यांचा इमानी शागीर्द या नात्याने जगद्गुरू, त्यांचे पीठ या संस्थाच मला अमान्य आहेत,' असे उद्गार काढून आपला कडवा विरोध जगजाहीर केला होता.१०

क्षात्रजगद्गुरू पीठाची निर्मिती म्हणजे एक प्रकारची मानसिक गुलामगिरीचीच निशाणी आहे, असा घणाघाती प्रहार करीत प्रबोधनकार ठाकरे यांनी आपल्या 'मानसिक दास्याविरुद्ध बंड' या लेखात म्हटले होते, 'ब्राह्मण जगद्गुरूचे दास्य नको म्हणून क्षात्रजगद्गुरूचे पीठ निर्माण करणे, म्हणजे जुन्या गुलामगिरीच्या त्रासातून मुक्त होण्यासाठी नव्या गुलामगिरीचे जोखड पत्करण्यासारखे आहे. समाजोन्नतीसाठी किंवा धर्मोन्नतीसाठी शंकराचार्यांचा एक मठच पाहिजे, त्यावर एक मठपतीच पाहिजे, ही कल्पनाच मुळी मानसिक दास्याची स्पष्ट निशाणी आहे. गुलामगिरीचा नायनाट गुलामगिरीने होत नसतो. शिवाय, वर्णाश्रमवादी ब्राह्मण जगद्गुरूच्या मानसिक दास्यप्रवर्तक भिक्षुकशाहीला जमीनदोस्त करण्यासाठी थेट तसल्याच तत्त्वांवर उभारलेल्या क्षात्रजगद्गुरूच्या मठाला निर्माण करणे, म्हणजे जोखडासाठीच देवाने आपल्याला मान दिलेली आहे, ही कल्पना दृढमूल झालेल्या बैलाने नाच्या तेल्याच्या घाण्याला रामराम ठोकून पिच्या तेल्याच्या गोंडस घाण्याला स्वतःस जुंपून घेण्यासारखे आहे. मठ आला की मठाधिपती आले; मठाधिपती आले की संप्रदाय सुरू झाला. संप्रदायाच्या मागोमाग सांप्रदायिक गुलामगिरी ठेवलेलीच.'११

याचा अर्थ महाराष्ट्रातील सत्यशोधक चळवळीतील सर्वच नेत्यांनी व कार्यकर्त्यांनी शाहू महाराजांच्या क्षात्रजगद्गुरूच्या कल्पनेला विरोध केला, असे नाही. सत्यशोधक समाजाचे कट्टर नेते 'दीनमित्रकार'

मुकुंदराव पाटील यांचे या संदर्भातील विचार नोंद घेण्यासारखे आहेत. कऱ्हाडच्या सत्यशोधक परिषदेत अध्यक्षपदावरून केलेल्या भाषणात ते म्हणतात, 'सत्यशोधक लोकांना धर्माध्यक्ष अगर धर्मगुरू नको आहेत असा प्रकार नव्हता. समाजाचा मुद्दा इतकाच आहे की, कोणत्याही विशिष्ट चिन्हाने धर्म मर्यादित झाला आहे असे मानू नये. जे कोणी परमेश्वर आणि भक्त यांच्यामध्ये अज्ञानाची भिंत उभी करून स्वतःला काही तरी फायदा करून घेऊ पाहतात, अशा गुरूंवरच 'समाज' बहिष्कार टाकतो. जैन, लिंगायत, पार्शी आणि मुसलमान यांचे स्वतंत्र धर्मगुरू असले तरी ते समाजास सहायकच होतात.'१२ दीनमित्रकारांचे मत ग्राह्य धरले तर शाहू महाराजांचे आपल्या ज्ञातीचा 'धर्माध्यक्ष' करण्याचे कृत्य सत्यशोधक समाजाच्या विचारकक्षेच्या बाहेरचे झाले, असे म्हणता येणार नाही.

दुसरे सत्यशोधक नेते व शाहूचरित्रकार अण्णासाहेब लट्ठे यांनी शाहू महाराजांच्या धर्मसुधारणेच्या कार्याची प्रॉटेस्टंट सुधारकांच्या कार्याशी तुलना करताना म्हटले आहे, 'रोमन कॅथॉलिक पंथातील धर्मगुरूंच्या नैतिक दुराचारांमुळे कंटाळलेल्या आणि पोपचे बंड मोडून टाकण्यास सज्ज झालेल्या ल्युथरसारख्या धर्मसुधारकांनी धर्मसंस्थांचे आमूलाग्र उच्चाटन करण्यास कधीही सांगितले नाही; उलट त्यांनी पूर्वीच्या धर्मसंस्थांसारख्याच पण दोषरहित आणि सुधारलेल्या संस्था अस्तित्वात आणिल्या. क्षात्रजगद्गुरू आणि शिवाजी वैदिक शाळा काढण्यात महाराजांचा हेतू या प्रॉटिस्टंट सुधारकांसारखाच होता.'१३

आणखी एक कट्टे सत्यशोधक 'राष्ट्रवीर'कार श्यामराव देसाई शिंदे यांनी शाहू महाराजांच्या कृतीची तुलना तुर्कस्तानच्या केमाल पाशाच्या कार्याशी करून तिचे समर्थन करताना म्हटले आहे, 'स्वराज्यविषयक उन्नतीला खिलाफत आड येऊ लागली म्हणून मुस्तफा केमाल पाशांनी जसा तिच्यावर नांगर फिरविला, तद्वतच बहुजन समाजाच्या स्वाभिमानालाच नव्हे, माणुसकीलासुद्धा वाळवीप्रमाणे होऊन राहिलेल्या ब्राह्मण्यग्रस्त धर्मगुरूपीठांचा आणि उपाध्याय प्रवृत्तीचा राजर्षींनी संबंध तोडून टाकिला. कोणी म्हणतील ब्राह्मण जगद्गुरू व ब्राह्मण भटजींची जरी राजर्षींनी हकालपट्टी केली तरी त्यांच्या जागी त्यांनी स्वजातीय धर्मगुरूंची आणि पुरोहितांची उभारणी केलीच की

नाही? परंतु हा प्रश्न संयुक्तीपणाचा नव्हे. तुर्कस्तानच्या मुस्तफा केमाल पाशाप्रमाणे राजर्षी छत्रपतीही हिंदुस्थानचे सर्वाधिकारी असते तर त्यांनी कदाचित सार्‍याच धर्मगुरूपीठांवर गाढवांचा नांगर फिरविला असता. परंतु इतकी व्यापक सत्ता राजर्षींकडे नव्हती. यामुळेच परंपरागत आणि अनियंत्रित धर्मगुरूपीठाची प्रतिष्ठा झुगारून देऊन लोकनियंत्रित धर्मगुरूपीठाची आणि पुरोहितांची राजर्षींनी प्रतिष्ठापना केली आहे. यांचीही भविष्य काळात कितपत आवश्यकता राहील हेही जरी आज स्पष्ट दिसते; तरी आद्य शंकराचार्यांपासून चालत आलेल्या धर्मपीठाशी प्रतिस्पर्धी असे धर्मपीठ उभारणे, ही काही सामान्य धैर्यांची गोष्ट नव्हती.'१४

अलीकडच्या काळात महाराष्ट्रातील वि. द. घाटे व प्रा. न. र. फाटक या दोन विचारवंतांनी शाहू महाराजांच्या या धार्मिक बंडखोरीची तुलना इंग्लंडमधील आठव्या हेन्रीच्या रोमच्या पोपच्या सत्तेविरुद्ध केलेल्या बंडखोरीशी केली आहे. प्रा. फाटक म्हणतात, 'हेन्रीने युरोपातील अनेक राजांना आपल्या बोटावर नाचविणाऱ्या पोपचा अंमल इंग्लंडातून उखडून टाकला व त्याचा अधिकार आपल्या हाती घेतला. शाहू महाराजांनी हिंदू आचार्य जगद्गुरूची महती बुडविली. त्याच्या जागी क्षात्रजगद्गुरू बसविला.'१५

ख्यातनाम संशोधक गेल ऑमवेत यांनी क्षात्रजगद्गुरू पीठाच्या निर्मितीची बीजे वैदिक आर्य संस्कृतीविषयी महाराजांना वाटणाऱ्या आकर्षणात आहेत, असा निष्कर्ष काढला आहे : 'शाहू महाराजांना कोणत्या ना कोणत्या प्रकारचा धर्म आवश्यक वाटत होता. वैदिक आर्यपरंपरेशी काही नाते असावेसे त्यांना वाटत होते. विविध जातींच्या पेशींनी बनेला एक सेंद्रिय समाज त्यांच्या नजरेसमोर होता. यातील प्रत्येक घटकाने स्वतःच्या नेतृत्वाखाली स्वतःच्या मार्गाने प्रगती साधावी, असा त्यांचा विचार होता. मराठे हे मूलतः आर्यक्षत्रियांचे वंशज आहेत, या तत्त्वावर आधारलेली क्षत्रिय विचारधारा मानण्याकडे त्यांचा कल होता. आर्य समाजाला त्यांनी पुरविलेला आधार आणि क्षात्रजगद्गुरूंची केलेली स्थापना या दोन घटना त्यांच्या क्षत्रिय विचारधारेच्या द्योतक होत.'१६

क्षात्रजगद्गुरू पीठ : समाजकारणातील एक अभिनव प्रयोग

प्रबोधनकार ठाकरे यांच्या हल्ल्यात शाहू महाराजांवर एक गंभीर आक्षेप घेतला गेला होता. तो म्हणजे त्यांनी आपल्या ज्ञातीसाठी, केवळ मराठ्यांसाठी, जगद्गुरू निर्माण करून ब्राह्मण-ब्राह्मणेतर वादाच्या जोडीला मराठा-मराठेतर भेद निर्माण केला.[१७] शाहूचरित्रकार धनंजय कीरांनीही प्रबोधनकारांचा आक्षेप अत्यंत योग्य मानून म्हटले आहे की, जातिभेद न मानणाऱ्या शाहू महाराजांनी क्षत्रिय मराठा जगद्गुरू निर्माण केल्याने पुरोगामी सामाजिक चळवळीचे पाऊल थोडे मागे पडले आणि काही काल या चळवळीची विचारसरणी दोलायमान झाली.[१८]

वर्णभेद व जातिभेद याविरुद्ध संगर पुकारणाऱ्या शाहू महाराजांनी क्षत्रिय मराठ्यांसाठी स्वतंत्र जगद्गुरू स्थापन करावा, ही गोष्ट तत्कालीन ब्राह्मणेतर सुधारकांना व त्यानंतरच्या शाहूचरित्रकारांना कोड्यात टाकणारी भासावी अथवा त्यांच्या एकूण जाहीर ध्येयधोरणांशी विसंगत वाटावी, यात नवल नाही. तथापि, आपण करीत असलेल्या कृतीचा अन्वयार्थ काय अथवा त्याचे आपण हाती घेतलेल्या कार्यावर कोणते परिणाम घडतील, याचा महाराजांनी काही विचार केला नसेल, असे म्हणता येणार नाही. ते मुत्सद्दी राजकारणी होते, तसे प्रयोगशील समाजकारणी होते. आमच्या मते क्षात्रजगद्गुरू पीठाची निर्मिती महाराजांचा समाजकारणातील एक अभिनव प्रयोग होता. वेदोक्त संघर्षात त्यांनी ब्राह्मणांच्या बरोबरीने क्षत्रिय मराठ्यांना वेदोक्ताचे अधिकार मिळवून दिले होतेच; पण त्यामुळे ब्राह्मण जगद्गुरू शंकराचार्य यांचे मराठ्यांवरील धार्मिक प्रभुत्व नष्ट झालेले नव्हते. अद्यापही वैदिक अथवा हिंदू धर्माचा प्रमुख म्हणून मराठ्यांना ब्राह्मण जगद्गुरूंच्याच तोंडाकडे पाहायला लागत होते आणि ब्राह्मण जगद्गुरूंचा सुंभ जळाला तरी पीळ कायम होता. महाभागवत डॉ. कुर्तकोटी प्रकरणात तर महाराजांचे हात पोळून निघाले होते. या पार्श्वभूमीवर त्यांनी ब्राह्मण पुरोहितांशीच नव्हे तर ब्राह्मण जगद्गुरूंशी असलेला संबंध कायमचा तोडून टाकण्याचे योजून, ब्राह्मणांच्या धार्मिक ब्युरॉक्रसीपासून पूर्णपणे स्वतंत्र होण्याचा निर्णय घेतला. ब्राह्मण पुरोहितांऐवजी मराठा पुरोहित निर्माण करणे हे जर मराठ्यांच्या धार्मिक स्वातंत्र्याच्या खटपटीतील पहिले पाऊल असेल,

तर 'ब्राह्मण' जगद्गुरूऐवजी 'मराठा' जगद्गुरू स्थापन करणे हे त्यातील दुसरे दमदार पाऊल होते. या वाटचालीत अखिल बहुजन समाजाचा 'ब्राह्मणेतर जगद्गुरू' हे तिसरे महत्त्वाचे पाऊल ठरणार होते. असे झाले असते तर दुधात साखर पडली असती आणि प्रबोधनकारांसारख्या टीकाकारांना आक्षेप घ्यायला जागा उरली नसती. पण आज त्यासाठी आपणास प्रत्यक्ष पुरावा हाती नसला तरी असे पाऊल महाराजांच्या नियोजित आराखड्यात नसेलच, असे त्यांच्या ध्येयधोरणाकडे पाहिल्यावर वाटत नाही.

महाराजांची कृती म. फुले यांच्या तत्त्वांशी विसंगत होती काय?

शेवटी आणखी एका मुद्द्याचा खुलासा करणे आवश्यक आहे. शाहू महाराजांनी मराठा पुरोहित आणि मराठा जगद्गुरू निर्माण करण्याची जी कृती केली, ही म. फुले यांच्या सत्यशोधकी तत्त्वांशी विसंगत होती, असा सर्वसाधारण आक्षेप महाराष्ट्रातील अनेक विचारवंतांनी आतापर्यंत घेतला आहे. सामाजिक चळवळीचे एक अभ्यासक प्रभाकर वैद्य यांनी म्हटले आहे,

'एका बाबतीत मात्र महाराजांनी फुले यांच्या शिकवणीशी विसंगत असे वर्तन केले आणि तेही कदाचित अभावितपणाने! फुले यांनी विवाह संस्कारांतून दलाल- उपाध्यायांची संपूर्ण हकालपट्टी केली आणि वधू- वरांनी स्वतःच इष्टमित्रांच्या सान्निध्यात मराठीमधून विवाह लावण्याचे नवे क्रांतिकारक संस्कार निर्माण केले. या जनताविवाहांच्या प्रसारासाठी फुले यांनी वैयक्तिक पुढाकार घेऊन खेडोपाडीसुद्धा सतत प्रचार केला. प्रत्यक्षात त्यांनी शेकडो लग्ने लावली. त्याबद्दल कायदेशीर आक्षेप सनातन्यांनी निर्माण केल्यानंतर त्यांचेही चिकाटीने निराकरण केले. पण आपले वेदोक्त हक्क प्रस्थापित करण्याच्या अभिनिवेशात फुले यांना प्रिय असणाऱ्या या विवाहसंस्कारविषयक सुधारणांकडे शाहू राजांचे दुर्लक्ष झाले. याही पुढे जाऊन त्यांनी सनातनी विवाह संस्कार अगदी सर्व वेदोक्त, शास्त्रोक्त तपशिलासह अमलात आणण्याची मोहीम खेडोपाडी केली. फरक एवढाच की, ब्राह्मण भटाऐवजी, ब्राह्मणेतर उपाध्याय म्हणजे नवा ब्राह्मणेतर भटजी त्यांनी आणला. म्हणजे सगळे जुनेपुराणे सनातनी (ब्राह्मणप्रणीत) संस्कारच, फक्त ते ब्राह्मणेतर भटांच्या

पौरोहित्याखाली झाले म्हणजे भागले, असा हा विपरीत प्रकार एकूण घडला. अर्थात त्या काळच्या विशिष्ट संदर्भांत कदाचित मर्यादित अर्थाने ही सुधारणा असली तर फुले यांच्या शिकवणीशी ती विसंगत होती, याबद्दल मात्र शंका नाही.'[१९]

अशाच प्रकारचा विचार या क्षेत्रातील एक विदुषी नलिनी पंडित यांनीही मांडला आहे. त्या म्हणतात, 'फुले यांची धर्मप्रेरणा व्यापक नीतिमूल्यांवर अधिष्ठित होती. पूजा, जप-तप, क्रिया कर्म यांचे जंजाळ नाहीसे करून व्यक्तीच्या अंतःप्रेरणेला वाव करून देण्याची त्यांना तळमळ होती. शाहू महाराजांच्या प्रोत्साहनाने ब्राह्मणेतर चळवळीचा जरी बराच बोलबाला झाला तरी, बहुजन समाजाला रूढीवादाच्या पाशातून मुक्त करण्याचा जोतिरावांचा हेतू तिच्यामधून सफल झाला नाही. क्षात्रजगद्गुरूंच्या स्थापनेने मठसंस्थेचे महत्त्व कायम राहिले. वेदमंत्रांच्या आग्रहाने जुन्या कर्मकांडाला जीवनदान मिळाले आणि बहुजन समाजाचे धार्मिक अज्ञान कायम राहिल्याने ब्राह्मण नाहीसा झाला तरी पुरोहिताची उचलबांगडी झाली नाही.'[२०] इथे या अभ्यासकांनी शाहू महाराजांची म. फुले यांच्या सत्यशोधकी तत्त्वांशी बांधिलकी गृहीत धरली आहे. तथापि अशी बांधिलकी महाराजांनी स्वीकारलेली नव्हती. त्यांचा मार्ग तसा स्वतंत्र होता; आणि त्या मार्गावर स्वत:चे अनेक प्रयोग करण्यासाठी ते मोकळे होते; हे आपण लक्षात घेतले पाहिजे.

आपण क्षणभर शाहू महाराजांची उपरोक्त बांधिलकी गृहीत धरली आणि ते सत्यशोधक समाजाच्या तत्त्वांचेच कट्टे प्रसारक होते, असे मानले तरी महाराजांची मराठा पुरोहित व मराठा जगद्गुरू निर्माण करण्याची कृती म. फुले यांच्या मताशी फारशी फारकत घेणारी नव्हती, असेच दर्शवणारा एक पुरावा तत्कालीन साधनसाहित्यात मिळतो. तो असा, की गेल्या शतकात मुंबईत माधवराव राघोजी रोकडे (१८३९-१८९६) हे एक तळमळीचे सामाजिक कार्यकर्ते होऊन गेले. त्यांचे एक छोटेखानी चरित्र त्यांचे स्नेही व प्रसिद्ध इतिहासकार कृष्णाजी अर्जुन केळुसकरांनी लिहिले आहे. त्या चरित्रात म. फुले यांची एक आठवण केळुसकरांनी दिलेली आहे. केळुसकर लिहितात,

'सत्यशोधक समाजाचे मूळ प्रवर्तक जोतिराव फुले हे पुण्याहून येथे (मुंबईत) आले; तेव्हा त्यांचे एक व्याख्यान समाधीच्या जागी झाले.

रावबहादूर लोखंडे अध्यक्ष होते. प्रस्तुत लेखक त्यांचे व्याख्यान ऐकावयास गेला होता. फुले यांनी आपले म्हणणे थोडक्यात पण मुद्देसूद रीतीने लोकांपुढे मांडले आणि कोणाच्या काही शंका असल्यास त्या त्यांनी विचाराव्यात असे ते म्हणाले. तेव्हा आमच्या माधवरावांनी त्यांच्या सर्वसाधारण सिद्धान्तासंबंधाने आपली अनुकूलता प्रकट केली; पण ब्राह्मण उपाध्यायांऐवजी आपले उपाध्याय झाले पाहिजेत, असे जेव्हा जोतिरावांनी प्रतिपादन केले, ते माधवरावांना रुचले नाही. कारण परिणामी ही एक उपाध्यायांची नवीन जात निर्माण केल्यासारखे होणार आहे; आणि हल्लीच्या ब्राह्मण उपाध्यायांप्रमाणे तेही शिरजोर होऊन बसतील अशी भीती आहे, असे ते म्हणाले. याशिवाय आणखी सत्यशोधनाचे दुसरे कोणकोणते प्रकार उपस्थित करावयाचे आहेत, ते लोकांना स्पष्टपणे कळणे उचित आहे. ते कळून लोकांच्या पसंतीस उतरणार नाहीत तोपर्यंत सत्यशोधक समाजाचा प्रसार होणे शक्य नाही; आणि ब्राह्मण उपाध्याय नको म्हणण्याचा उपक्रम केल्याने परिणामी सगळ्या ब्राह्मण जातींशी नाहक द्वेष माजविल्याचे अपयश माथी येणार आहे; असा माधवरावांनी आपला स्पष्ट अभिप्राय सांगितला...'२१

इथे बहुजन समाजाने ब्राह्मण पुरोहितावर अवलंबून न राहता आपले पुरोहित म्हणजे आपापल्या जातीचे पुरोहित निर्माण केले पाहिजेत, असा म. फुले यांचा स्पष्ट अभिप्राय नोंदवला गेला आहे. याचा अर्थ मानवधर्म हा एकच धर्म मानणाऱ्या फुले यांचा धर्मविधींवर विश्वास नसला तरी त्यांच्या भोवतालच्या अज्ञ शूद्रातिशूद्र समाजाचा धर्मावर व धार्मिक कर्मकांडावर विश्वास होता. त्या सर्वांचा त्याग करा, असे सांगून चालणार नव्हते. लग्न, वास्तुशांती, दशपिंड इत्यादी काही विधी समाजाला आवश्यक होते व त्यांची तरतूद सत्यशोधक समाजाला करणेही गरजेचे होते. त्या अनुसार म. फुले यांनी १८८७ मध्ये 'सत्यशोधक समाजोक्त मंगलाष्टकासह सर्व पूजाविधी' नावाची पुस्तिका 'लोकहितार्थ' प्रकाशित केली होती. त्यामध्ये सत्यशोधक तत्त्वांनुसार उपरोक्त विधी करण्याच्या पद्धती व 'पूजा करण्याचे मंत्र' दिलेले आहेत. लग्नविधीत वराने वधूस व वधूने वरास संबोधून म्हणावयाच्या मंगलाष्टका आहेत. आता ज्या अज्ञ व निरक्षर शूद्रातिशूद्र समाजासाठी म. फुले

यांनी ही पुस्तिका तयार केली होती, तिच्यामधील विधी त्यांना कसे वाचता येणार, अथवा त्यानुसार ते कसे करता येणार? पुस्तिकेत तर म्हटले आहे की, 'वधूवराचे जातीस नीच मानून त्या सर्वांस आपले सेवक, दास म्हणणाऱ्या धूर्त, कपटी आर्यभट ब्राह्मणाची या कामी सावलीदेखील पडू देऊ नये.'११ तेव्हा शूद्रातिशूद्र समाजातील एखाद्या शिकलेल्या शहाण्या माणसाने पुढे व्हावे व ते विधी सत्यशोधक पद्धतीने संबंधितांकडून करवून घ्यावे, असा एकच पर्याय उरतो. हा व्यवहार्य पर्याय स्वीकारूनच म. फुले यांनी आपल्या जातीच्या उपाध्यायाची सूचना केली आहे. असा उपाध्याय म्हणजे ब्राह्मण उपाध्यायासारखा देव व मानव यांच्यामधील मध्यस्थ नाही. तो ब्राह्मण उपाध्यायासारखा अज्ञ शूद्रातिशूद्र लोकांचे धार्मिक व आर्थिक शोषण करणारा दलाल नसून, त्यांना मार्गदर्शक व सहायक ठरणारा हितचिंतक होता. या दृष्टीने विचार करता, शाहू महाराजांनी निर्माण केलेले मराठा पुरोहित व मराठा जगद्गुरू म. फुले यांच्या सत्यशोधक विचारसरणीत बसणारेच होते, असा निष्कर्ष काढावा लागेल आणि तो इतिहासाला सोडून होईल, असे वाटत नाही.

तथापि, शेवटी आणखी एक मतभेदाचा मुद्दा शिल्लक राहतो, तो म्हणजे म. फुले यांनी विविध विधींसाठी अथवा पूजेसाठी सत्यशोधकी तत्त्वांनुसार स्वतःच नियम अथवा मंत्र तयार केले; त्यांनी वेदोक्त मंत्रांचा स्वीकार केला नाही; पण शाहू महाराजांनी निर्माण केलेले पुरोहित मात्र वैदिक मंत्रांचा स्वीकार करून सर्व धार्मिक विधी वैदिक पद्धतीने करतानां दिसतात. विशेष म्हणजे शाहूकालीन सत्यशोधकी कार्यकर्त्यांनी महाराजांच्या या उपक्रमास साथ दिलेली आढळते. ही एक प्रकारची व्यावहारिक तडजोडच म्हणावी लागेल. ब्राह्मणांच्या जुलमी पुरोहितशाहीविरुद्ध बंडखोरी करून आपले पुरोहित निर्माण करणाऱ्या म. फुले व शाहू महाराज या दोघांच्या कार्यपद्धतीत भेद आहे तो असा. हा भेद मूलतः तात्त्विक स्वरूपाचा असून, त्याचे मूळ म. फुले यांच्या वेदांच्या तिरस्कारात व शाहू महाराजांच्या वेदांच्या पुरस्कारात आहे. या पार्श्वभूमीवर महाराजांना म. फुले यांचे अनुयायी न मानता, त्यांचे व्यक्तिमत्त्व व कर्तृत्व स्वयंभू मानले तर अनेक तत्कालीन घटनांचा अधिक वास्तवतेने शोध घेणे शक्य होईल.

संदर्भ

१. श्रीमत् छत्रपती शाहू महाराज यांचे चरित्र, पृ. २१९

२. राजर्षी शाहू- राजा व माणूस, पृ. २८६

३. विसाव्या शतकातील महाराष्ट्र, भा. २, पृ. २७६

४. राजर्षी शाहू छत्रपती, पृ. ४५४

५. राजर्षी शाहू - राजा व माणूस, पृ. ३२४

६. राजर्षी शाहू छत्रपतींचे निवडक आदेश, भाग - २, पृ. १०५-१०७

७. कित्ता, पृ. १०४

८. प्रबोधनकार ठाकरे समग्र वाङ्मय, खंड- १, पृ. २१०

९. राजर्षी - एक व्यक्तिदर्शन, पृ. ६५

१०. प्रबोधनकार ठाकरे समग्र वाङ्मय, खंड- १, पृ. २१०

११. कित्ता, पृ. २११

१२. श्रीमत् छत्रपती शाहू महाराज यांचे चरित्र, पृ. ४३४

१३. कित्ता, पृ. ४३३-४३४

१४. राजर्षी शाहू स्मारक ग्रंथ, पृ. ३२३-३२४

१५. राजर्षी शाहू गौरव ग्रंथ, पृ. २६८

१६. राजर्षी शाहू स्मारक ग्रंथ, पृ. ४८१

१७. प्रबोधनकार ठाकरे समग्र वाङ्मय, खंड- १, पृ. २११

१८. राजर्षी शाहू छत्रपती, पृ. ४७४

१९. राजर्षी शाहू गौरव ग्रंथ, पृ. ३०३-३०४

२०. राजर्षी शाहू छत्रपती : वाद आणि वास्तव, पृ. ३३

२१. माधवराव रोकडे यांचे चरित्र, पृ. ३३-३४

२२. महात्मा फुले समग्र वाङ्मय, पृ. ४१६

राजर्षी शाहू छत्रपती आणि स्वराज्य चळवळ

दोन समांतर चळवळी

हिंदुस्थानात सन १८८५ सालापासून, म्हणजे काँग्रेसच्या स्थापनेपासून खऱ्या अर्थाने स्वराज्य चळवळ सुरू झाली. ही चळवळ विशेषत्वाने ब्रिटिश मुलखात सुरू होऊन तेथेच ती मोठ्या प्रमाणावर फोफावली. असे असले तरी महाराष्ट्रातील कोल्हापूर (करवीर) संस्थानच्या अधिपतीने- राजर्षी शाहू महाराजांनी- स्वराज्य चळवळीविषयी स्वीकारलेला दृष्टिकोन हा त्या काळात बराच वादग्रस्त ठरला. याचे महत्त्वाचे कारण असे, की राजर्षी शाहू महाराज त्या काळी महाराष्ट्राच्या सामाजिक चळवळीचे धुरीणत्व करीत होते; आणि देशात राजकीय (स्वराज्य) चळवळ व सामाजिक चळवळ या दोन्ही समांतर चालल्यामुळे महाराजांच्या सामाजिक चळवळीचे पडसाद तत्कालीन राजकीय चळवळीवर उमटणे स्वाभाविक होते.

राजर्षी शाहू महाराज हे सार्वभौम ब्रिटिश सत्तेच्या आश्रयाखाली असणाऱ्या एका संस्थानचे अधिपती असल्याने, ते उघडपणे स्वराज्य चळवळीचे नेतृत्व करूच शकत नव्हते; आणि त्यांनी तसे नेतृत्व करावे, अशी त्यांच्या विरोधकांचीही अपेक्षा नव्हती. तथापि उपरोक्त दोन्ही चळवळी या तशा एकमेकांपासून फटकून राहूच शकत नव्हत्या. खरे म्हणजे या दोन्ही चळवळी हिंदी समाजाची गुलामगिरी नष्ट करण्यासाठीच उदयास आल्या होत्या. स्वाभाविकच त्यांची एकमेकांमधील गुंतागुंत ही ऐतिहासिक घटनांची अपरिहार्य परिणती होती.

आणि जेव्हा स्वराज्य चळवळ चालविणाऱ्यांनी महाराष्ट्रातील समाजसुधारणांविषयी प्रतिगामी वृत्ती धारण केली, तेव्हा महाराजांना या प्रतिगामी वृत्तीच्या नेत्यांवर हल्ला चढवावा लागला. या हल्ल्या-प्रतिहल्ल्यातून महाराष्ट्रात आधीच अस्तित्वात असलेल्या 'आधी राजकीय की सामाजिक' या वादास चांगलीच धार चढली. या वादात भल्याभल्या राजकीय नेत्यांचा तोल ढळून महाराजांवर प्रहार करण्याच्या भरात त्यांना 'स्वराज्यद्रोही छत्रपती' असे संबोधण्यापर्यंत त्यांची मजल गेली!

आता हा वाद इतिहासजमा झालेला आहे. तथापि दुःखाची गोष्ट अशी की अद्यापही काही तथाकथित विचारवंत राजर्षी शाहू महाराजांच्या कामगिरीचे विश्लेषण करीत असता राजर्षींचे चित्र 'स्वराज्याच्या (स्वातंत्र्याच्या) चळवळीस विरोध करणारा एक प्रतिगामी राजा' म्हणून रंगवीत असल्याचे दिसून येते. या संदर्भात एवढेच म्हणता येईल की, हे विद्वान तत्कालीन मूळ ऐतिहासिक साधनांपर्यंत पोहोचलेले नाहीत अगर तसे पोहोचूनही आपल्या आवडीच्या सिद्धान्ताच्या प्रतिपादनार्थ ऐतिहासिक सत्याकडे हेतुतः दुर्लक्ष करीत आहेत.

स्वराज्य चळवळीविषयीची राजर्षींची भूमिका

राजर्षी शाहू महाराज हे एक सुसंस्कृत व सुविद्य राजे होते. युरोपातील इंग्लंड, फ्रान्स, इटली इत्यादी देशांतील इतिहासाचा व तेथील लोकशाही चळवळींचा त्यांचा अभ्यास होता. आधुनिक लोकशाही युगाची त्यांना जाण होती. आपल्या देशाची सर्वंकष सुधारणा व्हावी, म्हणून त्यांचे अंतःकरण तळमळत होते. अशा परिस्थितीत त्यांनी स्वराज्य चळवळीच्या विरोधात भूमिका घेतली, हा वरवर वाटणारा विरोधाभास त्यांचे त्या चळवळीविषयीचे विचार तपासून पाहिल्यावर विरून जातो.

वास्तविक महाराज स्वराज्याच्या विरोधी तर नव्हतेच, पण आम्हास 'स्वराज्य पाहिजेच' असा आग्रह धरणारे होते. तथापि ब्रिटिशांपासून मिळणारे 'स्वराज्य' कुणाच्या घशात जाणार आहे, असा मूलभूत सवाल त्यांनी उपस्थित केला होता. देशातील बहुसंख्य लोक जोपर्यंत अज्ञानात राहणार आहेत, जोपर्यंत जातिभेदाच्या जाचक बंधनातून त्यांची मुक्तता होणार नाही, तोपर्यंत 'स्वराज्याचा' अर्थ मूठभर सुशिक्षित वर्गाच्या हाती

देशाची सत्ता जाणे असा होणार होता; आणि अशा स्वराज्याच्या हक्कांनी ज्यांनी शतकानुशतके बहुजन समाजावर गुलामगिरी लादली त्यांचेच हात बळकट होणार होते.

अखिल भारतीय मराठा शिक्षण परिषदेच्या अधिवेशनात अध्यक्षपदावरून बोलताना महाराजांनी आपली ही भूमिका स्पष्ट मांडली आहे. ते म्हणतात,

'जितक्या लवकर आम्ही आमची जातिबंधने तोडून टाकू, तितक्या लवकर आपली स्वराज्याबद्दलची लायकी वाढत जाईल. हे तत्त्व ज्या दिवशी आमचे मनात बिंबेल, तोच राष्ट्राचा सुदिन होय. जपान देशाने एका तडाख्यात जातिबंधने नाहीशी केली असे सांगतात आणि त्याचा परिणाम आपणास दिसतच आहे...'

...'जर हल्लीची जाती व्यवस्थाच कायम राहिली, तर ज्या रीतीने हल्ली सुराज्याचा अर्थ समजला जातो, ते स्वराज्य म्हणजे मूठभर लोकांच्या हाती सत्ता जाणे, हे होय. याचा अर्थ मी स्वराज्याच्या चळवळीच्याविरुद्ध आहे असे समजावयाचे कारण नाही; हे मी पुन्हा एकवार सांगतो. आम्हास स्वराज्य पाहिजेच. (पण) जातिभेदापासून होणारे अनिष्ट परिणाम नाहीसे होईपर्यंत हल्लीच्या प्रसंगी आपणास ब्रिटिश सरकारचा आश्रय व मार्गदर्शकता यांची जरूरी आहे. आणि म्हणूनच केवळ अल्पसंख्याक उच्च वर्गीयांच्या हातातच सत्ता जाण्यात स्वराज्याचे पर्यवसान होऊ नये, म्हणून निदान दहा वर्षेपर्यंत तरी आम्हाला जातवार प्रतिनिधी निवडून देण्याचा हक्क असला पाहिजे.'१

महाराजांच्या उपरोक्त विधानातून हे स्पष्ट होते आहे की, त्यांना जातिभेदाने निर्माण केलेली सामाजिक गुलामगिरी नष्ट होणे, राजकीय हक्कांहून अधिक महत्त्वाचे वाटते. राजकीय गुलामगिरी नष्ट झालीच पाहिजे; याविषयी दुमत असण्याचे कारण नाही; पण उच्च वर्णीयांनी बहुजन समाजावर लादलेल्या सामाजिक गुलामगिरीचे काय? ती केव्हा तुम्ही नष्ट करणार आहात? आणि ही सामाजिक गुलामगिरी तशीच ठेवून तुम्ही केवळ राजकीय गुलामगिरी नष्ट करण्यासाठी चळवळ चालविणार असाल तर त्यास आमचा विरोध आहे, अशी महाराजांची येथे भूमिका आहे.

उपाशी लोकांना कोंड्याची तरी भाकरी द्या!

स्वराज्याच्या हक्कांकरिता पात्रता प्राप्त करण्यासाठी राजर्षी शाहू महाराज आणखी एक अट पुढे मांडतात, ती म्हणजे शिक्षण. समाजातील बहुसंख्य लोकांना किमान प्राथमिक शिक्षण मिळाले पाहिजे; त्यांना अज्ञानी व निरक्षर राखून स्वराज्याचे हक्क राबविता येणार नाहीत, असे त्यांचे ठाम मत होते. या मताचा विपर्यास करून महाराजांना आपल्या प्रजाजनांस स्वराज्याचे हक्कच द्यायचे नाहीत, असा आरोप विरोधकांनी त्यांच्यावर केला. या आरोपाचा समाचार घेताना महाराज म्हणतात,

"ज्या भाषणासंबंधाने हा आरोप करण्यात येतो ते भाषण करताना मी म्हणालो होतो - 'बहुजन समाजाचा शिक्षणाबाबतीतला दर्जा वाढून वरिष्ठ वर्गाच्या बरोबरीने अंशतः तरी तो आल्याशिवाय माझ्या संस्थानच्या राज्यकारभारात सुधारणेच्या दिशेने लोकांस हक्क देण्याविषयींचा बदल करण्याला हात घालण्यास मी धजणार नाही.' यावरून माझ्या म्हणण्याचा विपर्यास मुद्दाम कसा करण्यात आला हे आपल्या ध्यानी येईल. मतदारसंघास आपले हक्क समजून त्यांचा उपभोग घेण्याची पात्रता थोड्याबहुत अंशाने तरी त्यांच्या अंगी येण्यापूर्वी व लहानसहान जातीसदेखील विद्येची गोडी लागण्यापूर्वी स्वराज्य देणे मला सुरक्षित वाटत नाही."

'शेकडा ७०/८० लोकांची तयारी नसतानाही असे अधिकार लोकांस दिले गेल्यास ते अल्पसंख्याकांच्या हातात पडतात व जातिभेदाने जखडलेल्या आमच्या देशात ते एकाच जातीच्या हातात जाऊन स्वार्थ बुद्धीने त्यांना इतरांचे भयंकर नुकसान करण्यास संधी मिळते.'२

स्वराज्याच्या पात्रतेसाठी शिक्षणाची केवळ अट घालून महाराज थांबले नाहीत; तर ती अट पुरी करण्यासाठी त्यांनी आपल्या संस्थानापासून सुरुवात केली होती. म. फुले यांप्रमाणे त्यांनी प्राथमिक शिक्षण सक्तीचे करण्याचा आग्रह ब्रिटिश सरकारकडे धरला. एवढेच नव्हे, तर आपल्या संस्थानात सक्तीच्या प्राथमिक शिक्षणाचा कायदा करून खेड्यापाड्यांतून शेकडो प्राथमिक शाळा उघडल्या व त्यावर आपल्या खजिन्यातील लाखो रुपये खर्ची घातले. कोल्हापूर संस्थानात गोरगरीब रयतेस शिक्षणाचे अमृत पाजण्याचे कार्य चालू असता, स्वराज्य चळवळ चालविणाऱ्या नेत्यांचा सक्तीच्या प्राथमिक शिक्षणाकडे बघण्याचा दृष्टिकोन

कसा होता, हे पाहणे या संदर्भात महत्त्वाचे ठरते. महाराज म्हणतात :

'केसरी वगैरे जहाल पत्रांचे धोरण व कावा कसा आहे, हे आपणास माहीत आहेच. प्राथमिक शिक्षण सक्तीचे करण्याअगोदर सध्या उपयोगात असलेली शाळागृहे विस्तृत व हवेशीर केली पाहिजेत व तिकडे खर्च करण्याची जास्त जरूरी आहे, हे 'केसरी'चे प्रतिपादन कोणीही सरळ बुद्धीच्या माणसास चीड आणील. No cake to a few until all are served with bread हे इंग्लंडमधील मजूर पक्षाचे धोरण आहे. पण येथे शेकडा ९० लोक उपाशी आहेत व दहा टक्के लोक खात आहेत. उपाशी लोकांना कोंड्याच्या भाकरीची तरी सोय करण्याअगोदर या दहांच्या पोळीवर साजूक तूप वाढा असा ओरडा करणाऱ्यांना रयतेची कितपत कळकळ आहे, हे उघड होत आहे.'३

स्वराज्याची चळवळ चालविणारे सक्तीच्या प्राथमिक शिक्षणास असा तात्त्विक विरोध करून आपले प्रतिगामी स्वरूप उघड करीत असता, त्यांचे नेते ब्राह्मणेतर समाजाच्या राजकीय आकांक्षाविषयी अनुद्गार काढीत होते. त्यांचा समाचार घेताना महाराज म्हणतात, 'लिंगायत, जैन वगैरे व्यापारी वर्गाने कौन्सिलात जाऊन काय तागडी धरावयाची आहे, शेतकऱ्यांनी काय तेथे नांगर चालवायचा आहे, असे कुत्सित विचार आपल्या पत्रात घालण्याची व सभेत बोलण्याची यांना लाज कशी वाटत नाही, हे मला समजत नाही.'४ तेव्हा स्वराज्य चळवळ चालविणाऱ्या अशा ब्राह्मण वर्गाच्या नेत्यांच्या अहंभावी मानसिकतेचा धिक्कार करून महाराजांनी 'इंग्रज अधिकाऱ्यांच्या हातून सत्ता काढून घेऊन ती विद्यासंपन्न अशा अल्पसंख्याक ब्राह्मण वर्गाच्या हाती देणे मला बिलकूल पसंत नाही.'५ असे उद्गार काढल्यास ते 'स्वराज्यद्रोही' कसे ठरतात?

'माझा हेतू लवकरच पूर्ण होवो!'

आपल्या संस्थानातील रयत आणि दलित वर्गाच्या अभ्युदयासाठी राजर्षी शाहू महाराजांनी आपली सर्व शक्ती पणास लावली होती. प्राथमिक शिक्षणाचा प्रसार करून बहुजन समाजास 'मती' आणि 'गती' देण्याचे कार्य त्यांनी जोमाने सुरू केले होते. खेड्यापाड्यांतील अज्ञ जनतेच्या मुलांना माध्यमिक व महाविद्यालयीन शिक्षण सुलभपणे प्राप्त

क्हावे, यासाठी कोल्हापुरात प्रत्येक जातीची वसतिगृहे स्थापन केली होती. अस्पृश्यतानिवारण कायदा करून अस्पृश्यांच्या मुलांसाठी शाळा-कॉलेजांची दारे उघडी केली होती. त्यांच्यासाठी खास वसतिगृहे व शिष्यवृत्त्या यांच्या सुविधा निर्माण केल्या होत्या. विद्येत मागासलेल्या सर्व जातींसाठी संस्थानातील ५० टक्के सरकारी जागा राखीव म्हणून जाहीर केल्या होत्या. अनेक सुशिक्षित अस्पृश्य लोकांना महाराजांनी सनदी वकील म्हणून आपल्या संस्थानात प्रतिष्ठा दिली होती. अशा प्रकारे अज्ञ रयत व अस्पृश्य वर्गाच्या उद्धारासाठी करवीर राज्यात सर्व बाजूंनी अथक प्रयत्न चालू होते.

या सर्व प्रयत्नांतून लवकरच अंशतः का होईना; पण एक नवी जाणती पिढी उदयास येणार होती. या नव्या पिढीस स्वराज्याच्या हक्कांची महती समजणार होती. ते हक्क कसे राबवावेत याची जाण तिला असणार होती. अशा नव्या पिढीकडे आपल्या राज्यकारभाराचे हक्क (म्हणजे स्वराज्याचे हक्क) सोपवून महाराज निवृत्त होऊ इच्छित होते.

एका ठिकाणी महाराज म्हणतात -

'माझ्या रयतेमध्ये प्राथमिक व उच्च शिक्षणाचा प्रसार करण्याची माझी इतकी जोराने खटपट चालली आहे. यावरून शक्य तितक्या लवकर रयतेस स्वराज्य देण्याचे माझे धोरण आहे, हे आपले ध्यानी येईलच. माझी सर्व प्रजा मराठी तिसरी इयत्ता जरी शिकून तयार झाली असती, तर त्यांना राज्यकारभाराचे हक्क आनंदाने देऊन मी आजच विश्रांती घेतली असती. आज पिढ्या न् पिढ्या जी रक्कम माझे पूर्वज व मी खासगी खर्चाकरिता घेत आहोत तितकीच रक्कम माझ्या प्रजेला विनंती करून त्यांच्याकडून घेऊन बाकीच्या उत्पन्नाची व्यवस्था माझ्या प्रजेच्या प्रतिनिधींनी प्रजेच्या सुखाच्या व उन्नतीच्या प्रीत्यर्थ खर्च करावी, असे मी ठरविणार आहे.'

...'आज राज्यकारभाराचे सर्व काम मलाच करावे लागत आहे. प्रजेवर फक्त कर देण्याची जबाबदारी आहे. पुढे कर देणे व योग्य तो खर्च करणे, ही जबाबदारी रयतेवर पडेल. पण माझी प्रजा ही जबाबदारी घेण्यास अगोदर पूर्णपणे नसली तरी अंशतः तरी पात्र झाली पाहिजे. म्हणजे रयतेतील थोडासा भाग पूर्ण सुशिक्षित होण्यापेक्षा सर्व रयतेला प्राथमिक शिक्षणाचा थोडा तरी अंश मिळाला पाहिजे, असे माझे मत

आहे... मुलगा कर्ता झाल्यावर त्यावर संसाराचा भार टाकून विश्रांती घेण्याची आमची कार्यपद्धती आहे. त्याप्रमाणे माझ्या प्रजेची योग्यता वाढवून, त्यांच्या हाती सर्व कारभार सोपवून, माझ्या खर्चापुरती एक ठरीव रक्कम पेन्शन दाखल घेऊन मी केव्हा मोकळा होईन, असे मला झाले आहे. हा माझा हेतू जगदीश कृपेने लवकरच पूर्ण होवो!'[६]

राष्ट्रोन्नतीच्या गाड्याची ही दोन चाकेच

राजर्षी शाहू महाराजांच्या उपरोक्त विचारांवरून ते स्वराज्यविरोधी होते, असे कुणीही सुज्ञ अभ्यासक म्हणावयास धजणार नाही. देशाचे स्वराज्य आणि स्वातंत्र्य महाराजांनाही हवे होते; पण महाराजांची स्वातंत्र्याची कल्पना स्वराज्य चळवळ चालविणाऱ्या विचारवंतांच्या कल्पनेहून अधिक प्रगल्भ होती. या स्वातंत्र्यात राजकीय स्वातंत्र्याबरोबर सामाजिक स्वातंत्र्याचाही समावेश होता. या दोन्ही स्वातंत्र्याच्या चळवळी एकाच वेळी एकाच वेगाने चालल्या पाहिजेत, असे त्यांचे आग्रही प्रतिपादन होते. महाराज म्हणतात,

'आधी राजकीय सुधारणा की आधी सामाजिक सुधारणा', हा वाद समंजसपणाचा नाही. या सुधारणा स्वतंत्र नाहीत. एकात एक गुंतलेल्या आहेत. जणू काय या दोन सुधारणा राष्ट्रोन्नतीच्या गाड्याची दोन चाकेच आहेत! एकच चाक लावून गाडा सुरक्षित नेणे शहाणपणाचे होईल काय? या गोष्टी विचाराने सिद्ध आहेत. पाश्चात्त्य देशांचा अनुभवही हेच सांगतो. राजकीय सुधारणा अगोदर पाहिजेत; सामाजिक सुधारणांची तूर्त गरज नाही, असे प्रतिपादन ऐकू येते तेव्हा तेथेच काहीतरी पाणी मुरत आह, असे समजावे. हे बोलणे कपटी काव्याचे असते.'[७]

सामाजिक स्वातंत्र्याकडे दुर्लक्ष करून आधी राजकीय स्वातंत्र्याच्या सुधारणा मागणाऱ्यांच्या मनात 'कपटी कावा' असल्याचा जो आरोप महाराजांनी केला आहे, त्यामध्ये तथ्य नव्हते असे नाही. पुढे महाराजांच्या या सामाजिक स्वातंत्र्याच्या भूमिकेची पताका डॉ. बाबासाहेब आंबेडकर यांनी आपल्या खांद्यावर घेतलेली दिसते. म्हणूनच आजच्या महाराष्ट्रातील नेत्यांना व विचारवंतांना फुले-शाहू-आंबेडकर यांच्या कार्यामध्ये एक सूत्र दिसू लागले आहे. महाराष्ट्राच्या सामाजिक व वैचारिक क्षेत्रांतील हे एक सुचिन्हच मानावे लागेल.

संदर्भ

१. क्रांतिसूक्ते : राजर्षी छत्रपती शाहू, पृ. ७

२. कित्ता, पृ. २०-२१

३. कित्ता, पृ. २१

४. कित्ता

५. कित्ता

६. कित्ता, पृ.२२-२३

७. कित्ता, पृ. २३

राजर्षी शाहू छत्रपती आणि स्त्रीमुक्तीचे कायदे

राजर्षी शाहू छत्रपती महाराज यांच्या जीवितकार्याचे वर्णन दोन शब्दांत करायचे म्हटले तर ते एक 'मानवमुक्तीचे कार्य' होते, असे करता येईल. ही मुक्ती जशी वर्णवर्चस्ववादी गुलामगिरीपासून होती, तशी ती अज्ञान, अंधश्रद्धा, जुनाट चालिरीती व धर्मशास्त्राचे अन्यायी दंडक या मध्ययुगीन विचारसरणीपासूनही होती. ज्या बहुजन समाजाला महाराज वर्णवर्चस्वापासून मुक्त करू पाहत होते, त्या समाजातील अर्धीअधिक लोकसंख्या स्त्री वर्गाची होती आणि हा स्त्री वर्ग पुरुषी वर्चस्वाखाली व त्यांनी निर्माण केलेल्या गुलामगिरीखाली पिचत होता. जो बहुजन समाज वर्णवर्चस्व जुलमापासून मुक्ती मिळवू पाहत होता, त्या समाजाने आपल्या घरातील स्त्रियांनाही आपल्या पुरुषी वर्गवर्चस्वापासून मुक्त ठेवले पाहिजे, अशी महाराजांची व्यापक सामाजिक दृष्टी होती. या दृष्टिकोनातूनच त्यांनी आपल्या कारकिर्दीत स्त्रीमुक्तीचे एकूण पाच कायदे जारी केले होते.

१. पुनर्विवाह नोंदणी कायदा (रिमॅरेज रजिस्ट्रेशन लॉ)

स्त्री वर्गात सर्वांत दुःखीकष्टी होत्या त्या विधवा. समाजाचाच नव्हे, तर त्यांच्या कुटुंबीयांचाही त्यांच्याकडे बघण्याचा दृष्टिकोन एकूण तिरस्काराचा असे. काही कुटुंबांमध्ये त्यांना गुन्हेगारांप्रमाणे वागविले जाई. विशेषतः बालविधवा स्त्रियांचे जिणे तर अगतिक व शोचनीय बनत असे. अशा परिस्थितीतून सुटका करून घेण्यासाठी पुनर्विवाह हा एक मार्ग असे. पण धर्मशास्त्रीय नियम आणि सामाजिक चालिरीती

यांनी अशा पुनर्विवाहास प्रतिबंध केला होता. शाहू महाराजांनी हा प्रतिबंध कायदेशीर मार्गाने दूर करून ज्या विधवांना पुनर्विवाह करावयाचा असेल त्यांना त्यांचा मार्ग मोकळा करून दिला. जुलै १९१७ मध्ये कोल्हापूर संस्थानात 'रिमॅरेज रजिस्ट्रेशन लॉ' पास केला गेला. त्या अन्वये विधवांना पुनर्विवाह करण्याचे कायद्याने स्वातंत्र्य दिले गेले. यामुळे पुनर्विवाहित स्त्रीजवळ आपल्या पुनर्विवाहाचा कायदेशीर पुरावा उपलब्ध झाला.[१]

वस्तुस्थिती अशी होती, की बहुजन समाजातील तथाकथित कनिष्ठ जातींमध्ये विधवा पुनर्विवाह हा पूर्वापार रूढ होताच. तथापि स्वतःस वर्णश्रेष्ठ समजणारे ब्राह्मण, स्वतःस घरंदाज समजणारे मराठे व जैन लोक मात्र असा विवाह धर्मशास्त्रीय- दृष्ट्या निषिद्ध समजत होते. महाराजांनी केलेला हा कायदा हा याच समाजासाठी होता आणि तो त्यांना प्रचंड मानसिक व सामाजिक धक्का देणारा होता.

शाहू महाराज १९१९ मध्ये जेव्हा कानपूरला गेले होते, तेव्हा तेथील कुर्मी क्षत्रिय समाजात विधवाविवाह रूढ असल्याचे समजल्यावर त्यांनी त्यासंबंधी जाहीर समाधान व्यक्त केले होते. महाराज म्हणाले होते,

'कुरमी क्षत्रियांमध्ये विधवाविवाह प्रचलित असलेला पाहून मला मोठा आनंद होतो. आपली क्षत्रिय जात भ्रूणहत्या, व्यभिचारादी पापापासून सुरक्षित राहील, असा माझा विश्वास आहे. हा आपद्‌धर्म आहे. मनुष्यसमाज निर्दोष राखण्यासाठी हे आहे. वेदादी शास्त्रांचे याला पाठबळ आहे. आमच्या गव्हर्न्मेंटनेही विधवाविवाहाचा कायदा पास केला आहे. ज्या जातींमध्ये या आपद्धर्माचा प्रचार नाही, त्या जातींत भ्रूणहत्या, व्यभिचार आदी करून पाप घडत आहे. हजारो मुले प्रतिवर्षी मरत आहेत. ही किती दुःखाची गोष्ट आहे बरे!'[२]

महाराजांच्या या उद्‌गारातून त्यांचा या प्रश्नाकडे बघण्याचा दृष्टिकोन किती मानवतावादी होता, हे स्पष्ट दिसून येते.

२. आंतरधर्मीय व आंतरजातीय विवाहकायदा

जुलै १९१९ मध्ये शाहू महाराजांनी आंतरधर्मीय व आंतरजातीय विवाहास व नोंदणी पद्धतीस मान्यता देणारा कायदा आपल्या संस्थानात

लागू केला. हा त्यांचा दुसरा सुधारणा कायदा म्हणावा लागेल. या कायद्याने विवाहाचे वेळी पुरुषाचे वय १८ वर्षे पूर्ण व स्त्रीचे वय १४ वर्षे पूर्ण व्हावे अशी अट घातली गेली. आजच्या प्रौढ विवाहाच्या युगात १४ वर्षांची ही अट कदाचित प्रतिगामी वाटण्याची शक्यता आहे. पण त्या काळी मुलींची लग्ने ६ ते ९ वर्षांच्या दरम्यान होत असत. काहींची लग्ने तर पाळण्यात होत असत. ही तत्कालीन वस्तुस्थिती लक्षात घेतली, तर हा कायदा बराच पुरोगामी होता, हे लक्षात येते.

दुसरे असे की ब्रिटिश सरकारने आपल्या मुलखात सन १८९१ मध्ये जो 'संमतिवयाचा कायदा' पास केला होता, त्यात मुलीच्या विवाहयोग्य वयाची मर्यादा १२ वर्षे पूर्ण अशी होती. स्वतःला आधुनिक म्हणवून घेणाऱ्या इंग्रज शासनकर्त्यांनाही मुलींच्या विवाहयोग्य वयाची मर्यादा १२ वर्षे असणे शास्त्रशुद्ध वाटत होते. विशेष नोंद करण्याची गोष्ट अशी की ही १२ वर्षांची वयोमर्यादाही त्या काळात लो. टिळक प्रभृती प्रतिगामी मंडळींना जाचक व हिंदू धर्मावर हल्ला करणारी वाटत होती. या पार्श्वभूमीवर कोल्हापूरच्या कायद्यातील १४ वर्षांची वयोमर्यादा बरीच पुरोगामी म्हटली पाहिजे.

त्या काळात आंतरधर्मीय अथवा आंतरजातीय विवाहास कायद्याची मान्यता नव्हती. याचा सरळ अर्थ असा होता की, असे विवाह बेकायदा ठरून त्यापासून झालेल्या संततीची गणना अनौरस संततीत होत असे. महाराजांनी हा कायदा करून समाजसुधारणेच्या क्षेत्रात एक मोठे पाऊल उचलले, असे म्हणावे लागेल. या कायद्यातील एक कलम फार महत्त्वाचे आहे.

कलम ३ म्हणते की, "नवरी मुलीचे वय पूर्ण १८ वर्षांचे झाले नसेल तर तिने आपला बाप अगर पालन करणारा याची संमती विवाहास मिळवली असली पाहिजे.''

याचा अप्रत्यक्ष अर्थ असा होतो की, मुलीचे वय १८ वर्षे पूर्ण झाले असले तर तिला तिच्या पसंतीच्या कोणत्याही धर्माच्या अथवा जातीच्या मुलाशी कायदेशीर हक्काने लग्न करता येईल. स्त्रीस्वातंत्र्याच्या दृष्टीने हे कलम क्रांतिकारी ठरावे इतके महत्त्वाचे आहे.

या कायद्याने असेही सांगितले आहे की, संबंधित पक्षांनी कोणत्याही पद्धतीने विवाह साजरा करावा, पण त्या विवाहाचे नोंदणीकरण सक्षम

अधिकाऱ्यासमोर झाले पाहिजे. कायद्याचे कलम १३ मध्ये म्हटले आहे की, ''नोंदणारा व करारावर सही करणारे ३ साक्षीदार यांच्या समक्ष विवाह लावण्यात आला पाहिजे. तो कोणत्याही पद्धतीने लाविला तरी चालेल. मात्र प्रत्येक पक्षाने दुसऱ्या पक्षास नोंदणार व साक्षीदार यांच्या समक्ष व त्यास ऐकू जाईल अशा तऱ्हेने 'मी तुजला माझी/माझा कायदेशीर बायको/नवरा म्हणून पत्करिले आहे' याप्रमाणे अगर त्यांची जन्मभाषा असेल त्या भाषेत सदरहू अर्थाचे वाक्य उच्चारले पाहिजे.''[३]

अशा प्रकारे आंतरधर्मीय अथवा आंतरजातीय विवाह करू इच्छिणाऱ्या स्त्रीला शाहू महाराजांनी पूर्ण व्यक्तिस्वातंत्र्य बहाल केलेले आढळते. एवढेच नव्हे, तर अशा विवाहाची नोंदणी सक्तीची केल्याने, त्या स्त्रीच्या पुढच्या वैवाहिक वाटचालीतही तिच्या विवाहबंधनाच्या कायदेशीर हक्कांचे संरक्षणही दिले गेले होते.

३. स्त्री अत्याचारांना प्रतिबंध करणारा कायदा

ऑगस्ट १९१९ मध्ये शाहू महाराजांनी, 'स्त्रियांना क्रूरपणे वागविण्याचे बंद करण्याविषयीचे नियम' या नावाचा आणखी एक कायदा मंजूर केला. स्त्रीमुक्तीच्या संदर्भातील हा सर्वांत महत्त्वाचा कायदा होता, असे मानावे लागेल. आज शिक्षणाचा मोठा प्रसार झालेल्या आधुनिक समाजातही स्त्रियांवर होणाऱ्या नाना प्रकारच्या अत्याचारांच्या कहाण्या आपण दररोज वर्तमानपत्रांतून वाचतो. तो काळ तर ८० वर्षांपूर्वींचा होता. स्त्रियांना मारझोड करणे हा आपला जन्मसिद्ध हक्कच आहे, अशी बहुतेक पुरुषांची मानसिकता होती. अशा परिस्थितीत शिक्षणाच्या वाढत्या प्रसाराबरोबर समाज शहाणा होईल व स्त्रियांवरील अत्याचार कमी होतील, अशा 'आस्ते कदम' धोरणावर महाराजांचा विश्वास नव्हता.

या कायद्याच्या प्रारंभीच स्त्रियांना दिली जाणारी क्रूरपणाची वागणूक म्हणजे काय याचे स्पष्टीकरण दिले आहे.

कलम नं. १ (अ) म्हणते, 'क्रूरपणाची वागणूक म्हणजे जिच्या योगाने अयोग्य प्रकारची अनावश्यक शारीरिक दुःखे अगर पीडा उत्पन्न होते, अगर जिच्या योगाने प्रकृतीस इजा होण्यासारखे मानसिक क्लेश होतात, अगर जिच्या योगाने प्रकृतीस शारीरिक अगर मानसिक मोठी

इजा होण्यासारखी योग्य भीती उत्पन्न होते, ती वागणूक.'

त्यानंतर या कायद्याखाली येणारे अपराध व त्यासाठी होणारी शिक्षा उदाहरणे देऊन क्रमाने नमूद केली आहेत; आणि शेवटी या कायद्याचे उद्देश कोणते आहेत, हे खुद्द महाराजांनी नमूद केले आहेत. त्यात ते म्हणतात,

'अनुभवांती असे दिसून आले आहे की, पाश्चिमात्य शिक्षणाचा प्रसार फार मंद गतीने होत आहे; म्हणून हिंदुस्थानातील स्त्रियांची स्थिती सुधारणेचे कामी त्या शिक्षणाचा उपयोग व्हावा तितका होत नाही. हिंदुस्थानातील लोकांचे जे निरनिराळे समाज आहेत, त्यांच्या शास्त्रकारांनी हिंदू कुटुंबाच्या पुढाऱ्यांना प्रसंगविशेषी स्त्रियांना हलकेसे शासन करण्याची परवानगी दिलेली आहे. परंतु त्या परवानगीचा दुरुपयोग होऊन स्त्रियांना वाटेल तशा वाईट रीतीने वागविण्याचा आपणाला सनातन कालाचा परवानाच मिळाला आहे, अशी पुरुषांची समजूत झालेली दिसते. याकरिता स्त्रियांना होत असलेल्या जाचांचे जे प्रकार इं. पि. कोडच्या मर्यादेत येऊ शकत नाहीत, अशा प्रकारच्या जाचापासून होणाऱ्या दुष्परिणामास आळा घालावा म्हणून हे नियम करणे योग्य व अवश्य असल्याचे दिसून आले आहे.''

महाराज पुढे म्हणतात, ''क्रूरपणाची वागणूक कशाला म्हणावे हे ठरविण्यासाठी ज्या गोष्टी जरुरीच्या आहेत म्हणून आम्ही सांगितले आहे त्या गोष्टी मागासलेल्या वर्गाला आणि अशिक्षित समाजाला जास्त कडक आहेत, असे वाटण्याचा संभव आहे. परंतु शिक्षणाच्या सुपरिणामावरच केवळ आपण अवलंबून राहू लागलो तर स्त्री वर्गाची स्थिती सुधारणेचे काम फारच मंद गतीने चालेल. शिक्षणाचा परिणाम लवकर घडून यावा, या हेतूसाठी मनुष्यास कायद्याच्या दहशतीची मदत पाहिजे, ही गोष्ट अगत्याची दिसून येत आहे. 'सर्व गोष्टी रीतीप्रमाणे व क्रमाक्रमाने होतच आहेत. आपण त्यात हात घालणेचे कारण नाही.' हे तत्त्व फक्त उच्च प्रतीच्या सुधारलेल्या समाजासच लागू पडणार आहे. मागासलेल्या लोकांची सामाजिक सुधारणा घडवून आणण्याचे काम कायद्याची मदत घेतल्यावाचून केव्हाही होणार नाही. स्त्रियांसंबंधी क्रूरपणाचे वागणुकीचे कित्येक प्रकार असे आहेत की ते अपराध या शब्दाखाली येऊ शकत नाहीत; आणि इं.पि.कोडचा अंमल त्यावर चालत नाही. मात्र ते प्रकार

केव्हा केव्हा इतके दुष्ट प्रतीचे असतात की त्यामुळे स्त्री जातीला आपला जन्म केवळ कंटाळवाणा व भूभार आहे असे वाटू लागते. या गोष्टी लक्षात घेऊन 'क्रूरपणाची वागणूक' या शब्दाची व्याख्या आम्ही अशी तयार केली आहे की त्यातून कोणत्याही प्रकारची वाईट वागणूक सुटून जाता कामा नये.''

शेवटी महाराजांनी म्हटले आहे, 'या कायद्याने नवरा-बायकोसंबंधीच फक्त क्रूरपणाचे वागणुकीचा विचार केलेला आहे असे नाही; हे नियम असे केलेले आहेत की स्त्रीजातीवर कोणत्याही प्रसंगी जुलूम होत असला तरी त्याचा विचार या कायद्याने करण्यात यावा.'४ महाराजांचे हे निवेदन वाचल्यावर त्यांच्या मनात अज्ञ व मागासलेल्या समाजातील स्त्री वर्गाविषयी किती व्यापक कणव होती, याची स्पष्ट कल्पना येते.

४. काडीमोड अथवा घटस्फोट कायदा

हा शाहू महाराजांचा चौथा कायदा आहे. त्याच्या प्रास्ताविकात महाराजांनी या कायद्याचा उद्देश स्पष्ट केला आहे. ते म्हणतात, 'ज्यापेक्षा दरबारच्या हिंदू प्रजाजनांच्या अनेक जातींमध्ये काडी मोडण्यासंबंधाने बरीच ढिलाई आहे, असे करवीर दरबारच्या लक्षात आले आहे; आणि त्यापेक्षा ही ढिलाई अशीच चालू ठेविल्यास समाज सर्वस्वी नीतिभ्रष्ट होईल आणि विवाहविधी जो सुधारलेल्या समाजाच्या सर्व इमारतीचा पाया आहे, तो अजिबात नाहीसा होईल, असे दरबारचे मत आहे. त्यापेक्षा नवरा व बायको यामधील भौतिक हितसंबंध कायद्याच्या मध्यस्थीनेच काडी मोडून घेण्याची त्यास मुभा देऊन दृढतर पायावर उभारण्याचे योजिले आहे. काडी मोडणे ही जातीतील पंचांच्या लहरीवर सोडण्याची पडलेली चाल बंद करण्याचेही योजिले आहे.'

यातील जातपंचायतीच्या संदर्भातील शेवटचे वाक्य फार महत्त्वाचे आहे. स्वातंत्र्यानंतर ५० वर्षे होऊन गेली तरी भटक्या-विमुक्त जातींच्या पंचायतीच त्यांच्यातील काडीमोड प्रकरणे हाताळताना दिसतात. अजूनही या जाती प्रस्थापित भारतीय कायद्यांच्या बाहेरच आहेत. ही वस्तुस्थिती ध्यानात घेतली तर ८० वर्षांपूर्वी शाहू महाराजांचे अशा जातपंचायतीच्या लहरी न्यायदानाकडे व त्याद्वारा भटक्या समाजातील स्त्री वर्गावर होणाऱ्या अन्याय-अत्याचारांकडे लक्ष जावे, ही गोष्ट विस्मयजनक वाटते.

या कायद्यात मुस्लिम समाजाच्या संदर्भात एक कलम आहे. त्या अन्वये 'मुसलमान नवऱ्याला आपल्या बायकोस तलाक देण्याचा जो हक्क आहे' तो मान्य केला असला तरी, 'मुसलमान बायकोने अर्ज केला असेल त्या वेळी मेहर असेल तर मेहरचा किती भाग नवऱ्याने बायकोस द्यावा' हे ठरविण्याचा अधिकार कोर्टास दिला गेला होता.५

५. जोगतिणी-प्रतिबंध कायदा

महाराजांचा पाचवा कायदा जोगतिणी, मुरळी, देवदासी, भावीण इत्यादी अत्यंत कनिष्ठ दर्जाचे व उपेक्षित जीवन जगणाऱ्या स्त्रियांच्या संदर्भात आहे – (१७ जानेवारी १९२०). देवाच्या नावाने लहापणीच सोडलेल्या या स्त्रियांना पुढे अत्यंत अनैतिक व दयनीय आयुष्य कंठावे लागत असे. महाराजांनी हा कायदा करून या स्त्रियांना देवाला सोडल्यामुळे जे विशिष्ट हक्क (मग ते नीच दर्जाचे का असेनात) प्राप्त होतात तेच कायद्याने रद्द केले. हा कायदा इंग्रजी व मराठी अशा दोन भाषांत असून इंग्रजी संहितेत महाराजांनी म्हटले आहे –

"The position of those unfortunate girls who in accordance with very ancient custom are too frequently under the forms of religion consecrated in early childhood to a life of public immorality need little comment. It is blot upon the Hindu law that it should have recognized such a practice and made a show of compensating girls, thus forced them from their tenderest years into a life of open infamy by certain concessions to their unique status and an amplicit regularization of what is in fact an open and gross scandal. No such status with peculiar rights attaching to it, ought to be recognized and sanctioned by the law of any civilized state."

(प्राचीन रूढीच्या नावाखाली ज्यांचे आयुष्य लहानपणीच सार्वजनिक अनैतिक जीवनाला वाहिलेले असते, अशा दुर्दैवी मुलींच्या समाजातील स्थानाविषयी अधिक भाष्य करण्याची गरज नाही. खरे तर अशा प्रकारच्या प्रथेला मान्यता देणे, या प्रथेमुळे होणाऱ्या संबंधित मुलींच्या नुकसानभरपाईचा देखावा निर्माण करणे, त्यांच्या समाजातील असाधारण

स्थानास (Unique status) विशिष्ट सवलती देऊन, (जे खरे तर उघडउघड वासनाकांडच असते.), (an open and gross scandal) अशा जीवनपद्धतीचे कायदेशीर नियमन करणे, म्हणजे हा हिंदू कायद्यावरील कलंकच आहे. कोणाही सुसंस्कृत राज्याकडून अशा प्रकारच्या स्त्रियांच्या स्थानाला जोडण्यात आलेल्या विशिष्ट हक्कांना (Peculiar rights) संमती व मान्यता मिळता कामा नये.)६

महाराजांच्या या कायद्याचे स्वरूप प्रतिबंधात्मक होते. ज्याप्रमाणे खेड्यातील सुतार, लोहार, न्हावी इत्यादी बलुतेदार लोकांना त्यांच्या व्यवसायापासून स्वातंत्र्य देण्यासाठी त्यांनी त्यांचे बैताचे हक्कच बरखास्त केले; अथवा महारांची वेठबिगारी नष्ट करण्यासाठी त्यांचे महार वतनच बरखास्त केले, त्याप्रमाणे देवाला सोडल्यामुळे जोगतिणी, मुरळी इत्यादी स्त्रियांना जे देवस्थानचे विशिष्ट हक्क प्राप्त होत होते, तेच त्यांनी या कायद्याने नष्ट केले. असे केल्याने ज्या कनिष्ठ जातीमध्ये देवाला मुली वाहण्याची जी अत्यंत घृणास्पद व क्रूर चाल रूढ झाली होती, तिला आपोआपच आळा बसेल, असा महाराजांचा विश्वास होता.

शाहू महाराजांच्या या पाच कायद्यांकडे नजर टाकल्यास असे दिसून येईल की अन्यायी रूढी-परंपरा व अत्याचार व पुरुषी वर्चस्वाचे जुलूम यापासून स्त्री वर्गाचे संरक्षण करण्यासाठीच त्यांनी या कायद्यांची योजना केली होती. पुनर्विवाह नोंदणी कायद्याने त्यांनी विधवांना पुनर्विवाहाची वाट मोकळी केली; ज्या कुणा स्त्रीस धाडसाने परधर्मीय अथवा परजातीय पुरुषाशी विवाह करायचा असेल, तर तिचाही मार्ग त्यांनी निष्कंटक केला; १८ वर्षे पूर्ण झालेल्या स्त्रीला तिच्या निवडीच्या जोडीदाराबरोबर विवाह करण्याचे स्वातंत्र्य बहाल केले; कुटुंबातील नवरा, दीर, सासू अशा कुणाही व्यक्तीने स्त्रीवर केलेल्या अत्याचारांसाठी निरनिराळ्या शिक्षांची तरतूद करून कौटुंबिक अत्याचारांना पायबंद घालण्याचा प्रयत्न केला; स्त्रीच्या विधिवत विवाहाप्रमाणेच विवाहबंधनातून मुक्त होण्याच्या काडीमोड घटनेस कायदेशीर स्वरूप प्राप्त करून दिले व शेवटी जोगतिणी- प्रतिबंध कायदा करून समाजाला कलंक लावणारी व स्त्रीजातीची भयंकर विटंबना करणारी रूढी नष्ट करण्याचा प्रयत्न केला.

अशाप्रकारे अनेक प्रकारच्या अन्यायांपासून स्त्रीजातीची मुक्तता करणारे कायदे शाहू महाराजांनी केले. हे कायदे झाले म्हणजे त्याप्रमाणे

समाजात सुधारणा झाल्या असे नाही, हे खरे; पण त्यामुळे या कायद्यांचे महत्त्व आणि ते करण्यामागील शाहू महाराजांची उदात्त मानवतावादी दृष्टी कमी महत्त्वाची ठरत नाही. एका देशी राजाने आपल्या लहानशा संस्थानात इंग्रज सरकारहून प्रगत असे कायदे करावेत, ही घटनाच मुळी हिंदुस्थानच्या सामाजिक इतिहासात क्रांतिकारी ठरावी इतकी महत्त्वाची आहे. शाहू महाराजांच्या या कायद्याकडे या दृष्टीने पाहिले जावे. आणि असे पाहणेच अधिक सयुक्तिक ठरेल.

संदर्भ

१. श्रीमत् छत्रपती शाहू महाराज यांचे चरित्र, पृ. ४५०, राजर्षी शाहू छत्रपती - १९७९, पृ. ३०२

   - या कायद्याची मूळ संहिता कोल्हापूर स्टेट रेकॉर्ड ऑफिसमध्येही शोध घेऊन मिळालेली नाही. शाहू महाराजांनी मंजूर केलेल्या कायद्याचे एकत्रीकरण करून जे 'हिंदू कायद्यांचे निबंध' हे पुस्तक पूर्वी प्रसिद्ध झाले आहे, त्यामध्येही हा कायदा नाही. लट्टे व कीर या दोन्ही चरित्रकारांनी या कायद्यांची फक्त नोंद केली आहे. त्यासाठी त्यांनी संदर्भ दिलेला नाही.

२. राजर्षी शाहू स्मारक ग्रंथ, पृ. ८३७

३. कित्ता, पृ. १०१६-१०१८

४. कित्ता, पृ. १०२१-१०२४

५. कित्ता, पृ. १०२४-१०२९

६. कित्ता, पृ. १०२९-१०३२

विशेष टीप :

कोल्हापूरच्या भाई माधवराव बागल विद्यापीठाने शाहू महाराजांच्या आरक्षण जाहीरनाम्याच्या शताब्दीनिमित्त सन २००२ मध्ये आयोजित केलेल्या 'शाहूविचार परिषदे'मध्ये वाचलेला हा शोधनिबंध.

राजर्षी शाहू छत्रपतींची वैद्यकीय
क्षेत्रातील कामगिरी

राजर्षी शाहू छत्रपतींच्या काळात हिंदुस्थानात शेकडो राजे-रजवाडे होते; पण त्यांपैकी 'राजर्षी' ही बिरुदावली प्राप्त झालेले ते एकमेव राजा होते. 'राजा'चे अधिकार प्रजेच्या कल्याणासाठी राबविणारा हा एक अपवादात्मक राजा होऊन गेला. या त्यांच्या कार्यातूनच 'लोकराजा' ही त्यांची प्रतिमा जनमानसात उदयास आली.

कोल्हापूर संस्थान तसे देशातील एक छोटे संस्थान होते. पण या छोट्याशा संस्थानात समाजजीवनाच्या प्रत्येक क्षेत्रात शाहू महाराजांनी नवे युग सुरू केले. प्रशासन, शिक्षण, कृषी, उद्योग, सहकार, क्रीडा, कला अशा विविध क्षेत्रांत महाराजांनी नवनवीन उपक्रम राबवले. नवनवीन दंडक निर्माण केले. अनेक सामाजिक व भौतिक सुधारणांचा पाया घातला. प्रजेचे कल्याण हेच आपल्या कारभाराचे अंतिम उद्दिष्ट मानले. या दृष्टीने विचार करता, आपल्या प्रजेच्या आरोग्यासाठी शाहू महाराजांनी वैद्यकीय क्षेत्रात कोणकोणते उपक्रम राबविले, हे पाहणे उद्बोधक ठरेल.

प्लेगच्या साथीशी मुकाबला

राज्याधिकार प्राप्त झाल्यावर अवघ्या तीन वर्षांनीच शाहू महाराजांना दुष्काळ व प्लेग या दोन भयंकर संकटांना तोंड द्यावे लागले. या दोन्ही संकटांशी त्यांनी अविश्रांतपणे मुकाबला केला. ही संकटे अशी होती की, त्यांनी प्रजाजनांच्या अस्तित्वावरच घाला घातला होता.

प्लेगसारख्या साथी देवदेवतांच्या प्रकोपामुळे येतात, अशा लोकांच्या भ्रामक समजुती होत्या. तेव्हा महाराजांनी पहिली गोष्ट अशी केली की, प्लेगची शास्त्रशुद्ध माहिती देणारी हजारो पत्रके त्यांनी राज्यभर वाटली. गावोगावी सभा भरवून या पत्रकांचे वाचन पाटील-कुलकर्ण्यांकिडून करून घेतले. लवकरच त्यांनी सरकारने योजिलेल्या उपाययोजनांचे व लोकांनी घ्यावयाच्या खबरदारीचे जाहिरनामे प्रसिद्ध केले. आणि जेव्हा प्लेग सुरू झाला, तेव्हा प्लेगग्रस्त गावांतील लोकांना गावांबाहेर काढून त्यांना झोपड्या बांधून दिल्या. हे पुनर्वसनाचे कार्य प्रचंड होते. खुद् कोल्हापूरसारखे राजधानीचे शहरही महाराजांना रिकामे करावे लागले होते. अशा हजारो लोकांच्या वसाहतींची, त्यांना लागणाऱ्या दैनंदिन वस्तूंच्या पुरवठ्याची व्यवस्था लावणे, ही सामान्य गोष्ट नव्हती. त्यासाठी महाराजांसह दरबारचे सर्व वरिष्ठ अधिकारी रात्रंदिन राबत होते. दिवाण सरसबनीस, भास्करराव जाधव यांची त्यासाठी 'प्लेग कमिशनर' म्हणून नेमणूक झालेली होती.

याशिवाय संस्थानात अनेक ठिकाणी महाराजांनी प्लेगच्या रुग्णांवर तातडीने उपचार व्हावेत म्हणून सुसज्ज दवाखाने उभे केले होते. प्रवाशांकडून प्लेगचा फैलाव होऊ नये म्हणून ठिकठिकाणी क्वारंटाईन कॉम्पसही स्थापन केले होते. खरे तर महाराजांनी प्लेग व दुष्काळ यांच्यावर मात करण्यासाठी केलेल्या उपाययोजनांवर एक स्वतंत्र ग्रंथ होईल इतकी साधनसामग्री आज उपलब्ध आहे.[१]

गुरू फ्रेजर यांची शाबासकी

१८९६ मध्ये प्लेगने मुंबई शहरात प्रवेश केला होता आणि त्यानंतर लवकरच त्याने सर्व इलाख्यात धुमाकूळ घातला होता. पण शाहू महाराजांनी घेतलेल्या सावधगिरीच्या उपाययोजनांनी प्लेगचा शिरकाव दोन वर्षांपर्यंत कोल्हापूर संस्थानात होऊ शकला नाही. आणि जेव्हा तो झाला त्या वेळीही इतर मुलखांच्या मानाने इथे फार कमी मनुष्यहानी तो करू शकला.

महाराजांनी प्लेग आणि दुष्काळ या संकटांशी केलेल्या मुकाबल्याच्या वार्तांना त्या काळात सर्वत्र मोठी प्रसिद्धी मिळाली. महाराजांचे गुरू फ्रेजरसाहेब हे या वेळी बंगलोरात होते. त्यांनी या वार्ता वर्तमानपत्रांत

वाचल्यावर आपल्या शिष्याला शाबासकी देताना लिहिले –

'I am gratified to read in the papers how highly your subjects appreciate your personal exertions in the matter of plague and famine. Stick to it, Maharaja, this is the time to show what a man is made of.'[२]

देशातील पहिला होमिओपॅथी दवाखाना

त्या काळी प्लेगच्या रुग्णावर ॲलोपॅथीमध्ये औषध योजना नव्हती; पण होमिओपॅथीमध्ये त्यावर प्रभावी औषधे असल्याचे शाहू महाराजांना समजताच त्यांनी डॉ. धोंडोपंत बोरकर या दरबारच्या डॉक्टरांकरवी लोकांना ठिकठिकाणी होमिओपॅथी उपचाराची सोय उपलब्ध करून दिली. 'पंजाबचा सिंह' राजा रणजितासिंह यांनी १८३६ मध्ये डॉ. होनिंगबर्ग या जर्मन होमिओपॅथीतज्ज्ञास राजाश्रय देऊन हिंदुस्थानात होमिओपॅथीचा प्रवेश घडवून आणला होता. खुद्द रणजितासिंह व त्यांचा परिवार होमिओपॅथी औषधोपचार घेत असत.

कोल्हापूरचे शाहू महाराजही होमिओपॅथीचा उपचार स्वतःसाठी व परिवारासाठी घेत असत. पण त्यांनी एक पाऊल पुढे टाकले. त्यांनी होमिओपॅथी आम प्रजाजनांसाठी खुली केली. डॉ. बोरकरांच्या मार्गदर्शनाखाली त्यांनी कोल्हापुरात एका होमिओपॅथी दवाखान्याची स्थापना केली – (सन १८९८). कोल्हापुरातीलच नव्हे, तर हिंदुस्थानातील तो पहिला होमिओपॅथी सार्वजनिक दवाखाना ठरला.[३]

व्हिक्टोरिया असायलमची स्थापना

दीनदुबळ्या, दलितपतित अशा उपेक्षित वर्गाचा उद्धार करणारा राजा म्हणून शाहू महाराजांची थोरवी सांगितली जाते आणि ती योग्यच आहे. पण त्यापुढे जाऊन केवळ उपेक्षितच नव्हे, तर समाजाकडून तिरस्कृत झालेल्या कुष्ठरोग्यांचाही उद्धार केल्याचे पाहून, त्यांच्याविषयींचा आदरभाव दुणावल्याशिवाय राहत नाही.

राज्यारोहणानंतरच्या काळात हा तरुण राजा नरसिंहवाडीस दत्ताच्या दर्शनास गेला असताना तिथे भीक मागत बसलेल्या कुष्ठरोग्यांच्या रांगा त्याने पाहिल्या व त्याच्या हृदयातील करुणेस पाझर फुटला.

'किती दुर्दैवी हे जीव; यांच्या हालअपेष्टा आपणास कमी करता
येतील का,' हा विचार महाराजांच्या डोक्यात थैमान घालू लागला.
त्यातूनच त्यांनी व्हिक्टोरिया राणीच्या डायमंड ज्यूबिली महोत्सवाचे
निमित्त साधून तिच्या नावाची 'व्हिक्टोरिया लेपर असायलम' या
सेवाभावी संस्थेची स्थापना केली. ही संस्था म्हणजे कुष्ठरोग्यांना
आसरा देणारा व त्यांचे दुःख हलके करणारा एक आश्रमच होता.
त्याची पायाभरणी महाराजांनी खुद् आपल्या हाताने केली होती!
कुष्ठरोग्यांनाही आधार देणारा हा मुलखावेगळा राजा होता, अशीच
इतिहास त्याची नोंदी घेईल.४

अनाथ अर्भकालयाची स्थापना

आमच्या 'महाराष्ट्र इतिहास प्रबोधिनी' या संस्थेने प्रकाशित केलेल्या
'राजर्षी शाहू स्मारक ग्रंथा'त कोल्हापूरच्या सुप्रसिद्ध केळवकर घराण्याची
काही कागदपत्रे प्रथमच प्रकाशित झाली आहेत. त्यात शाहू महाराजांनी
डॉ. कृष्णाबाई केळवकरांना लिहिलेले एक पत्र आहे. त्या पत्रामधून
आजपर्यंत अज्ञात असणारी एक महत्त्वपूर्ण गोष्ट उजेडात आली आहे,
ती म्हणजे महाराजांनी कोल्हापूरच्या 'अल्बर्ट एडवर्ड हॉस्पिटल' मध्ये
बेवारस अर्भकांच्या संगोपनासाठी एक स्वतंत्र विभागाची निर्मिती केली
होती आणि या विभागाची देखरेख खुद् लक्ष्मीबाई राणीसाहेब यांच्याकडे
सोपविली होती!

प्रिन्स शिवाजींच्या अपघाती मृत्यूनंतर शोकग्रस्त झालेल्या राणीसाहेबांना
या अर्भकालयातील निरागस मुलांच्या संगोपनात आनंद मिळेल, समाधान
लाभेल व पुत्रवियोगाचे दुःख त्या विसरतील, असे महाराजांना वाटत
होते. स्वतःच्या कौटुंबिक दुःखावरही समाजसेवेची मात्रा देणारा हा राजा
एक अलौकिक पुरुष होता, असेच म्हणावे लागेल.५

डॉ. कृष्णाबाई केळवकर

केळवकर घराणे हे एक कोल्हापुरातील विद्याव्यासंगी घराणे म्हणून
प्रसिद्ध होते. रखमाबाई केळवकर या कोल्हापूर संस्थानच्या स्त्रीशिक्षणाधिकारी
होत्या. मुंबई इलाख्यात या पदावर असणाऱ्या त्या पहिल्या महिला
होत्या. त्यांच्या कन्या कृष्णाबाई या अत्यंत बुद्धिमान विद्यार्थिनी होत्या.

शाहू महाराजांनी या कृष्णाबाईंना दरबारच्या खर्चाने मुंबईच्या ग्रँट मेडिकल कॉलेजमध्ये पाठविले आणि तेथील उच्च वैद्यकीय शिक्षण त्यांनी पुरे केल्यावर त्यांची नेमणूक त्यांनी अल्बर्ट हॉस्पिटलमध्ये केली. त्यांच्यासाठी महाराजांनी स्वतंत्र स्त्रीरुग्ण विभाग निर्माण केला.

डॉ. कृष्णाबाई या डॉ. आनंदीबाई जोशी यांच्यानंतरच्या महाराष्ट्रातील दुसऱ्या स्त्रीडॉक्टर आणि पहिल्या स्त्री वैद्यकीय अधिकारी होत्या. विलायतेस जाऊन वैद्यकशास्त्रातील अत्युच्च पदवी संपादन करावी, अशी त्यांची महत्त्वाकांक्षा होती. त्यांना महाराजांचे प्रोत्साहनही होतेच. त्या बळावर कृष्णाबाई एकट्यानेच इंग्लंडला गेल्या. तेथे प्रसूतिशास्त्रातील पदवी संपादन करून मायदेशी परतल्या आणि कोल्हापूरच्या हॉस्पिटलमध्ये पुन्हा रुजू झाल्या.[६]

गव्हर्नराकडून डॉ. कृष्णाबाईंचा गौरव

डॉ. कृष्णाबाई या मोठ्या कर्तव्यतत्पर, निःस्पृह व सेवाभावी डॉक्टर होत्या. शाहू महाराजांना त्यांच्याबद्दल मोठा अभिमान वाटत असे. १९०४ मध्ये मुंबई इलाख्याचे गव्हर्नर सर क्लार्क यांनी कोल्हापूरला भेट दिली त्या वेळी महाराजांनी त्यांना आवर्जून डॉ. कृष्णाबाईंचा स्त्रीरुग्ण विभाग दाखविला. हा विभाग पाहून गव्हर्नरसाहेब फार प्रभावित झाले. त्यांनी शेरेबुकात आपला अभिप्राय नोंदवताना म्हटले आहे –

'I have seen many hospitals in many parts of the Empire and I think that this institution reflects great honour on the State of Kolhapur. The Patients are well cared for and the strength of the staff is adequate for work. It is a great advantage to the woman's ward to have the ministration of an accomplished Lady Doctor and I hope the fine example of Miss Krishnabai will be followed by other Indian ladies.'[७]

पुढे डॉ. कृष्णाबाईंच्या वैद्यकीय क्षेत्रातील कार्याचा गौरव म्हणून ब्रिटिश सरकारने त्यांना 'कैसर-इ-हिंद' ही सन्मानदर्शक पदवी बहाल केली. त्या वेळी कोल्हापूर संस्थानातील अनेक संस्थांनी त्यांचे जाहीर सत्कारही केले.

इंदुमती राणीसाहेब : महाराजांचे एक स्वप्न

शाहू महाराजांच्या स्नुषा- इंदुमती राणीसाहेब यांना वयाच्या अवघ्या १२ व्या वर्षी वैधव्य आले. नियतीचा हा कठोर आघात होता. त्यावर मात करण्यासाठी महाराजांनी इंदुमती राणीसाहेबांना शिक्षण देऊन एक सुसंस्कृत व स्वावलंबी स्त्री बनवायचे ठरविले व त्याप्रमाणे त्यांची आपल्या सोनतळी कॅम्पवर शिक्षणाची व्यवस्था केली. मराठी, इंग्रजी, गणित, संस्कृत इत्यादी शालेय विषयांबरोबर मोटार ड्रायव्हिंग, अश्वारोहण, वैद्यकीय सेवा हे विषय शिकवणाऱ्या शिक्षकांच्या त्यांनी नेमणुका केल्या. आपल्या सुनेने समाजसेवेचे आपले व्रत पुढे चालवावे, असे त्यांना वाटत होते. १९२० मध्ये कोल्हापुरात प्लेगची साथ सुरू असता सोनतळी कॅम्पमधील सर्व लोकांच्या आरोग्याची जबाबदारी त्यांनी इंदुमती राणीसाहेबांवर टाकली होती.

खरे तर महाराजांच्या मनात इंदुमती राणीसाहेबांना उच्च शिक्षण देऊन गोरगरिबांची सेवा करणारी स्त्री डॉक्टर बनवायचे होते. आपले इंग्रज मित्र माँटगोमेरी यांना लिहिलेल्या एका पत्रात महाराजांनी म्हटले आहे –

'I want to educate my daughter-in-law thoroughly upto Matriculation and then to make a Lday Doctor.'

पुढे १९२१ मध्ये महाराज दिल्लीस गेले, त्या वेळी इंदुमती राणीसाहेबांना बरोबर घेऊन गेले. दिल्लीच्या मुक्कामात त्यांना घेऊन ते 'झनाना मेडिकल कॉलेज'मध्ये गेले आणि तेथील सुपरिंटेंडेंटना भेटून त्यांनी आपल्या सुनेची 'ही तुमची भावी विद्यार्थिनी' म्हणून ओळखही करून दिली. एवढेच नव्हे, तर महाराजांनी इंदुमती राणीसाहेबांसाठी दिल्लीत एक बंगलाही खरेदी केला. पण दुर्दैवाने महाराजांचे पुढच्याच वर्षी अकाली निधन झाले आणि त्यांचे एक उदात्त स्वप्न अधुरेच राहिले.८

आज कोल्हापूरच्या वैद्यकीय महाविद्यालयात स्वतंत्र भारताच्या अनेक मुली शिक्षण घेत असल्याचे पाहून शाहू महाराजांच्या स्वर्गस्थ आत्म्यास मोठे समाधान मिळेल. आजच्या या मुली म्हणजे डॉ. कृष्णाबाई केळवकर आणि इंदुमती राणीसाहेब यांच्या वारसदारच आहेत.

या गोष्टीचे स्मरण भावी पिढ्यांना सतत होत राहावे यासाठी या वैद्यकीय विद्यालयातील एका विभागास डॉ. कृष्णाबाई केळवकरांचे आणि एका विभागास देवी इंदुमती राणीसाहेबांचे नाव द्यावे, अशी सूचना महाराष्ट्र सरकारला करावीशी वाटते.

संदर्भ

१. Rajarshi Shahu Chhatrapati Papers, Vol. II

२. कित्ता, पृ. ३५४

३. राजर्षी शाहू स्मारक ग्रंथ, पृ. ७०६-७०८

४. कित्ता, पृ. २१

५. कित्ता, पृ. ८९८-८९९

६. केळवकर घराण्याची कागदपत्रे - (अप्रकाशित)

७. कित्ता

८. राजर्षी शाहू छत्रपती : एक अभ्यास पृ. ७४-८३

राजर्षी शाहू छत्रपती आणि
कोल्हापूर गॅझेटियर

गॅझेटियरचा पूर्वेतिहास

'Gazetter' या शब्दाचा मूळ अर्थ ऑक्सफर्ड अथवा वेबस्टर डिक्शनरीत 'a book containing geographical names and description, alphabatically arranged,' किंवा 'a geographical dictionary or index' असा दिला आहे. तथापि गॅझेटियरची ही संकल्पना तशीच राहिलेली नाही. गॅझेटियर या ग्रंथप्रकाराचे स्वरूप देशपरत्वे व कालपरत्वे बदलत गेले आहे.

गेल्या शतकात ब्रिटिश राज्यकर्त्यांनी आपला देश जिंकून इथे आपले राज्य स्थापन केल्यावर आपल्या प्रशासनिक अधिकाऱ्यांच्या मार्गदर्शनाखाली आपल्या ताब्यातील प्रांतांची गॅझेटियर्स तयार केली. तत्कालीन मुंबई प्रांताच्या सरकारने सन १८६८ मध्ये 'Bombay Gazetter Committee' स्थापन केली. या कमिटीनेच पुढे सन १८७४-८४ या काळात जेम्स कॅम्बेल या बुद्धिमान अधिकाऱ्याच्या अध्यक्षतेखाली 'Gazetter of Bomaby Presidency' या नावाने अनेक खंडांत गॅझेटियरचे काम पूर्ण केले. पुढे सन १८७७ ते १९०४ या दरम्यान २७ खंडांत ते क्रमशः प्रसिद्ध करण्यात आले.१

ब्रिटिश प्रशासनिक अधिकाऱ्यांना, विशेषतः कलेक्टर, कमिशनर व गव्हर्नर यांना, त्यांच्या अमलाखाली असणाऱ्या प्रदेशाची लोकस्थिती

समजावी; आपला कारभार त्यांना कार्यक्षमतेने करता यावा, हा या गॅझेटियरनिर्मितीमागे ब्रिटिश सरकारचा उद्देश होता. त्या दृष्टीने हिंदुस्थानातील अनेक इलाख्यांतील अनेक जिल्ह्यांची गॅझेटियर्स तयार केली गेली. त्यामध्ये जिल्ह्याच्या भौगोलिक परिस्थिती-बरोबर लोकसंख्या, जातिजमाती, चालिरीती, परंपरा, ऐतिहासिक पार्श्वभूमी, प्रमुख नगरे, बाजारपेठा, नद्या, पर्वत, मंदिरे इत्यादींची माहिती दिलेली असे. कालौघात ही जुनी गॅझेटियर कालबाह्य होत गेली. त्यांचे पुनर्लेखन करून ती पुन्हा प्रकाशित करण्याची गरज निर्माण झाली. त्यानुसार मुंबई इलाख्यात सन १९४९ मध्ये गॅझेटियरच्या पुनर्रचनेचे व पुनर्लेखनाचे कार्य सुरू झाले. ते पुढे अनेक वर्षे चालले. आपल्या महाराष्ट्र सरकारने निरनिराळ्या जिल्ह्यांची गॅझेटियर्स तयार करण्यासाठी सन १९६० मध्ये एक संपादक मंडळ स्थापन केले. प्रसिद्ध इतिहाससंशोधक सेतुमाधवराव पगडी हे या मंडळाचे कार्यकारी संपादक व सचिव होते. त्यांच्या संपादकत्वाखालीच सन १९६० मध्ये 'Kolhapur District Gazetteer'ची नवी सुधारित (इंग्रजी) आवृत्ती प्रसिद्ध झाली.

त्यानंतर कोल्हापूर गॅझेटियरची नवी आवृत्ती मराठीत १९८९ मध्ये महाराष्ट्र शासनाने प्रकाशित केली. त्याच गॅझेटियरबद्दल इथे विचार करायचा आहे.

'कोल्हापूर गॅझेटियर'चे संपादक

'कोल्हापूर गॅझेटियर' मराठीत असून, त्याचे कार्यकारी संपादक व सचिव डॉ. के. के. चौधरी नावाचे संशोधक लेखक हे आहेत. संपादक मंडळात प्राचार्य सी. डी. देशपांडे, प्रा. द्वा. भ. कर्णिक, डॉ. यू. म. पठाण, डॉ. भास्कर भोळे, डॉ. जामखेडकर, प्राचार्य वाय. एस. महाजन यांसारखी नामवंत विद्वान मंडळी होती. महाराष्ट्राचा इतिहास व संस्कृती यांचा अभ्यास असणाऱ्या या व्यक्ती आहेत. गॅझेटियरच्या प्रस्तावनेत डॉ. चौधरींनी म्हटले आहे की, ग्रंथाचा मजकूर संपादक मंडळाकडून तपासून व संमत करून आपण छापला आहे. तथापि असे दिसते की, डॉ. चौधरींसारख्या विद्वान गृहस्थांनी लिहिलेला मजकूर फारसे खोलात न जाता संपादक मंडळींनी ग्राह्य मानला असावा.

पगडींच्या गॅझेटियरमध्ये कोल्हापूरचा इतिहास प्राचीन कालापासून

सन १९२२ सालापर्यंत ४० पृष्ठांत दिला आहे. त्यात राजर्षी शाहू महाराजांच्या कारकिर्दीवर अवघी ३/४ पृष्ठे मजकूर आला आहे. याउलट चौधरींच्या गॅझेटियरमध्ये कोल्हापूरच्या इतिहासावर सुमारे १०० पृष्ठे असून, राजर्षी शाहूंच्या कारकिर्दीवर ३५ पृष्ठे दिली आहेत. राजर्षी शाहूंवरील सर्व लेखन आपण स्वतः केल्याचे डॉ. चौधरींनी म्हटले आहे. गॅझेटियरसारख्या लेखनप्रकारात त्या त्या प्रदेशाचा इतिहास किती द्यावा, हा वादाचा नसला तरी चर्चेचा विषय होऊ शकतो. पण इथे मूळ मुद्दा डॉ. चौधरींनी राजर्षी शाहूंच्या कारकिर्दीचा इतिहास किती दिला आहे हा नसून, तो इतिहास कसा दिला आहे, हा आहे.

डॉ. चौधरींच्या इतिहास लेखनाचा प्रकार

इतिहासलेखनाचे अनेक प्रकार आहेत; पण माझ्या मते त्यात दोन प्रमुख आहेत. पहिला प्रकार म्हणजे निःपक्षपातीपणे, वस्तुनिष्ठपणे लिहिलेला इतिहास; आणि दुसरा प्रकार म्हणजे पूर्वग्रहदूषित दृष्टीतून लिहिलेला एकांगी इतिहास. मध्य युगातील मोगल दरबारातील इतिहासकार अथवा अर्वाचीन युगातील ब्रिटिश काळातील इंग्रज इतिहासकार हे अशा दुसऱ्या प्रकारचा इतिहास लिहिणाऱ्या गटात येतात. या दोन इतिहासलेखन प्रकारांशिवाय आणखी एक तिसरा लेखनप्रकार संभवतो. या प्रकारातील लेखक आपण निःपक्षपाती वस्तुनिष्ठ भूमिका घेतल्याचे जाहीर करतो; आपल्या लेखनातून तो वस्तुनिष्ठपणाचा आभासही निर्माण करतो, पण त्याची भूमिका सातत्याने निःपक्षपातीपणाची राहत नाही. त्याच्या लिखाणात ऐतिहासिक व्यक्ती व घटना याविषयीचे त्याचे पूर्वग्रह आणि पक्षपातीपणा अधूनमधून उफाळून वर येत असतो. माझ्या मते इतिहासलेखनातील हा सर्वांत धोकादायक प्रकार आहे. डॉ. चौधरींचे लेखन अशा प्रकारचा निःपक्षपातीपणाचा व वस्तुनिष्ठपणाचा आभास निर्माण करणाऱ्या; पण प्रत्यक्षात पूर्वग्रहदूषित व पक्षपाती इतिहास मांडणाऱ्या या तिसऱ्या प्रकारात मोडते.

आपल्या लेखनाविषयी आपली भूमिका स्पष्ट करताना डॉ. चौधरींनी म्हटले आहे की, 'विद्यमान लेखन शाहू छत्रपतींचे चरित्र नसून हा तटस्थपणे लिहिलेला इतिहास आहे आणि इतिहास म्हटला की वस्तुनिष्ठ, निःपक्षपाती टीकात्मक दृष्टी आलीच.' वस्तुतः डॉ. चौधरींचे सर्व लेखन

वाचल्यावर त्यांची ही भूमिका प्रत्यक्षात फसवी व सहेतुक आहे, असे दिसून येते.

त्याचप्रमाणे इतिहासात चरित्रे व इतिहास असे स्वतंत्र विभाग पाडणेही चुकीचे आहे. कारण इतिहास घडविणाऱ्या इतिहासपुरुषांची चरित्रे म्हणजे एका परीने त्या काळाचा इतिहासच असतो. इतिहासापासून ऐतिहासिक पुरुषांची चरित्रे वेगळी करता येणार नाहीत. दुसरे असे की, चरित्रे आणि इतिहास असे स्वतंत्र विभाग करून चरित्रे ही वस्तुनिष्ठपणे लिहिलेली नसतात, असाही एक दृष्टिकोन डॉ. चौधरींच्या विधानात व्यक्त होतो. त्या दृष्टीने विचार करता, लठ्ठे यांच्यापासून य. दि. फडके यांपर्यंतचे राजर्षी शाहूंवरील चरित्रलेखन हे एकांगी झाले असल्याचाही अर्थ ध्वनित होतो; अर्थात तो स्वीकारता येण्याजोगा नाही.

जनमानसातील शाहू प्रतिमेचे भंजन

गमतीची गोष्ट अशी की, डॉ. चौधरीचे लेखन त्या काळाचे वस्तुनिष्ठ व सर्वस्पर्शी दर्शन घडविण्यापेक्षा त्या काळाचा इतिहास घडविणाऱ्या नायकाच्या चरित्राचेच म्हणजे राजर्षी शाहूंच्या चरित्राचे दर्शन घडविणारे झाले आहे. दुसऱ्या शब्दांत तो चरित्रात्मक इतिहासच झाला आहे; आणि तसा तो होणे अपरिहार्यही आहे. तथापि, या चरित्रात्मक इतिहासातील राजर्षी शाहू यांची प्रतिमा लेखकाने अशा खुबीने रंगविली आहे की, त्याचे विवेचन पुराव्यांवर आधारलेल्या वस्तुनिष्ठ इतिहासाचे दर्शन वाटावे; पण त्या संपूर्ण लेखनाचा अंतिम परिणाम म्हणून राजर्षी शाहूंच्या जनमानसातील प्रतिमेचे भंजन व्हावे. असे करण्यात डॉ. चौधरींचा हेतू कोणता असावा हे सांगता येणार नाही; पण त्यांच्या हातून हा प्रमाद झालेला आहे, हे खेदाने नमूद करावेसे वाटते. कदाचित राजर्षी शाहूंविषयीचे पूर्वग्रह त्यांच्या ठिकाणी पक्के रुजले असावेत.

डॉ. चौधरींनी आपले लेखन मोठ्या कौशल्याने केले आहे. आपल्या लेखनाच्या प्रारंभीच त्यांनी राजर्षी शाहूंच्या महाराष्ट्राच्या इतिहासातील स्थानाविषयी गौरवाचे उद्गार काढून वाचकास गाफील बनविले आहे. डॉ. चौधरींनी प्रारंभीच म्हटले आहे की, 'इंग्रजी राजवटीत महाराष्ट्राची जडणघडण करण्यात ज्या थोर पुरुषांनी योगदान दिले, त्यांच्यात

राजर्षी शाहूंचा समावेश करणे क्रमप्राप्त आहे... बहुजन समाजासाठी उत्कट तळमळ असलेला हा एक राजर्षी होता.'२

असे गौरवोद्गार एका बाजूस काढून राजर्षी शाहूंच्या सामाजिक सुधारणा चळवळीस जाताजाता स्पर्श करायचा आणि ज्या राजकीय चळवळीत शाहूंना रस नव्हता (किंवा ज्या चळवळीत ते उघडपणे भाग घेऊ शकत नव्हते) त्या चळवळीविषयीची त्यांची भूमिका सविस्तर पुराव्यानिशी मांडायची, अशी लेखनशैली डॉ. चौधरींनी स्वीकारलेली आहे. असे करित असता त्यांनी शाहूकालीन सामाजिक व राजकीय चळवळींचा जो वेध घेतला आहे, तोही चुकीच्या दृष्टिकोनातून घेतला आहे. शाहूकालीन महत्त्वाच्या सामाजिक चळवळींची भलामण दोन-चार ओळींत केली आहे; तर ज्या चळवळीचे नेतृत्व राजर्षी शाहूंनी केले नव्हते, त्या चळवळीचे वर्णन करण्यासाठी पानामागून पाने खर्ची घातली आहेत. तसेच काही ठिकाणी राजर्षी शाहूंची प्रतिमा झाकाळून टाकण्यासाठी शाहूविरोधक व्यक्तींच्या प्रतिमा उजळ करण्याचा प्रयत्न केला आहे. पण हे सर्व लेखकाने वरवर पाहणाऱ्या वाचकाच्या ध्यानात येणार नाही, अशा कौशल्याने केले आहे. त्यांचे हे कौशल्य वाखाणण्यासारखे असले, तरी त्यांचा हेतू प्रशंसेस पात्र ठरू शकत नाही.

सारांश, डॉ. चौधरींच्या लेखनकौशल्यामुळे त्यांच्या इतिहासमंथनातून पुढे येणारी राजर्षी शाहूंची प्रतिमा काही ठिकाणी झाकाळून गेली आहे, तर काही ठिकाणी ती विकृत सादर केली गेली आहे. याचे असंख्य पुरावे गॅझेटियरच्या पानापानांवर आहेत. पण विस्तारभयास्तव अशी सर्वच उदाहरणे न देता त्यांपैकी काही मोजकीच या ठिकाणी सादर करित आहे.

संपूर्ण वेदोक्त प्रकरणच गायब

राजर्षी शाहूंच्या चरित्रातच नव्हे, तर महाराष्ट्राच्या सामाजिक इतिहासात वेदोक्त प्रकरणाला अनन्यसाधारण महत्त्व आतापर्यंतच्या सर्व संशोधकांनी दिलेले आहे. जे वेदोक्त प्रकरण महाराष्ट्राच्या सामाजिक इतिहासप्रवाहातील महत्त्वाचा टप्पा मानले जाते, त्या प्रकरणाची बोळवण अवघ्या चार ओळींत करून डॉ. चौधरींनी ते आपल्या इतिहासातून गायब केले आहे.

वेदोक्ताविषयी डॉ. चौधरी म्हणतात,

'ज्या कालखंडाचा हा इतिहास आहे त्यात वेदोक्त प्रकरण, ताईमहाराज प्रकरण यांसारखी दुर्दैवी प्रकरणे निर्माण झाली. त्यात लोकमान्य टिळक व शाहू यांसारख्या महान क्रियाशील व्यक्तींची प्रचंड शक्ती व वेळ खर्च झाला. तथापि व्यक्तिगत व जातीय कलह आणि परस्परविरोधी राजकीय उद्दिष्टांमुळे हे वाद निर्माण झालेले असल्याकारणाने त्यांचा येथे परामर्श घेणेचे कारण नाही.'३

ताईमहाराज प्रकरणास डॉ. चौधरींनी व्यक्तिगत व राजकीय उद्दिष्टांचा निकष लावल्यास त्यास कोणी फारशी हरकत घेणार नाही; पण ताईमहाराज प्रकरणाच्या रांगेत वेदोक्त प्रकरणाला उभे करून त्यात फक्त व्यक्तिगत व जातीय कलहाची उद्दिष्टे पाहणे, म्हणजे मोठी आश्चर्याची गोष्ट आहे! क्षत्रिय म्हणून आपल्या स्वतःलाच नव्हे, तर सर्व मराठ्यांना वेदोक्ताचा अधिकार असायला हवा, अशी राजर्षी शाहूंची मागणी वैयक्तिक नव्हती अथवा ती जातीयही नव्हती. राजर्षींनी आपल्यावर होणाऱ्या वैयक्तिक अन्यायात सामाजिक अन्यायाचा आशय पाहिला होता. आपल्यापासून हिरावून घेतलेल्या हक्कांची पुनर्स्थापना करण्यासाठी केलेली ही सामाजिक न्यायाची मागणी होती, याचे भान डॉ. चौधरी यांनी राखलेले नाही, याचे दुःख होते.

पुढे सत्यशोधक समाजाच्या इतिहासाचे विवेचन करताना डॉ. चौधरींनी म्हटले आहे की, संपूर्ण वेदोक्त प्रकरणात शाहूंनी चातुर्वण्र्याच्या चौकटीचा पुरस्कारच केला आहे. वेदोक्ताचा अशा प्रकारे अन्वयार्थ लावणे म्हणजे एक तर डॉ. चौधरींचे सामाजिक चळवळींच्या आशयासंबंधीचे अज्ञान असू शकेल किंवा त्यांच्या अशा निष्कर्षांस त्यांचे पूर्वग्रह कारणीभूत असावेत.

डॉ. चौधरींचे निकष महाराष्ट्रातील अन्य सामाजिक चळवळींना लावल्यास सामाजिक इतिहासाचे संदर्भ चुकीच्या दिशेने जातील; आणि मग डॉ. आंबेडकरांनी नाशिकला काळा राम मंदिरातील प्रवेशाच्या हक्कांसाठी केलेला संघर्ष हा जातीय अथवा धार्मिक स्वरूपाचा ठरवावा लागेल. आणि मग तोही संघर्ष 'चातुर्वण्र्याच्या चौकटी'चा पुरस्कार करणारा होता, असे मानावे लागेल. 'काळा राम मंदिर चळवळ' ही रामभक्तीपोटी निर्माण झालेली चळवळ नव्हती, तर हिंदू समाजाचा एक

घटक म्हणून प्रत्येक जातीच्या हिंदूला त्याच्या धर्माच्या मंदिरात मुक्तपणे प्रवेश करता आला पाहिजे, या सामाजिक न्यायाच्या हक्कासाठी निर्माण झालेली चळवळ होती. यावर अधिक भाष्य करण्याची इथे आवश्यकता नाही.

चातुर्वण्र्य पद्धतीच्या पुरस्काराचा आरोप

वेदोक्त प्रकरणात राजर्षी शाहूंनी चातुर्वण्र्य चौकटीचा पुरस्कार केल्याचें डॉ. चौधरींचे मत आपण पाहिले. या मताचा अधिक खुलासा त्यांनी 'अस्पृश्यता निवारण आणि दलितोद्धार' या सदराखाली केला आहे. त्यात ते म्हणतात, 'शाहू छत्रपतींनी पुढे सत्यशोधकांना दिलेला पाठिंबा काढून घेतला. त्याचे मुख्य कारण असे की जातिसंस्था नष्ट करावी असे शाहू म्हणत असले तरी वर्णव्यवस्था नष्ट व्हावी असे त्यांना वाटत नव्हते. वर्णव्यवस्थेत सुधारणा करून टिकवावी अशी त्यांची विचारसरणी दिसते, 'या विधानास पुरावा म्हणून तळटीपेत डॉ. चौधरींनी कर्नाटक ब्राह्मणेतर सामाजिक परिषदेच्या अध्यक्षपदावरून सन १९२० मध्ये राजर्षी शाहूंनी काढलेला एक उद्गार दिला आहे. तो उद्गार असा – 'मी जात नको असे प्रतिपादन करतो; परंतु वर्ग पाहिजेत असे माझे ठाम मत आहे.'

चातुर्वण्र्य पद्धतीचीच वाईट निष्पत्ती म्हणजे जातिभेद व अस्पृश्यता या बाबी आहेत, हे ऐतिहासिक सत्य या ठिकाणी डॉ. चौधरींनी डावलले आहे; त्याचप्रमाणे जातिभेद व अस्पृश्यता या दुष्ट रूढी नष्ट करण्यासाठी राजर्षी शाहूंनी कायावाचामने अथक प्रयत्न केले होते, हेही त्यांनी नजरेआड केले आहे. विशेष म्हणजे डॉ. चौधरींसारख्या विद्वान संशोधकाने 'वर्ण' व 'वर्ग' शब्दांची गल्लत करावी ही मोठी नवलाची गोष्ट वाटते. वर्ण म्हणजे काय व वर्ग म्हणजे काय, याचे स्पष्टीकरण जाणत्या वाचकांसमोर करण्याची आवश्यकता नाही. पण वर्ण व वर्ग यांची गल्लत, मग ती हेतूपूर्वक असो अथवा अनवधानाने असो, केल्यामुळेच डॉ. चौधरींना राजर्षी शाहूंनी प्रतिमा 'चातुर्वण्र्याचा पुरस्कार करणारा सुधारक' अशी निर्माण करता आली, ही गोष्ट येथे लक्षात घेतली पाहिजे.

राजर्षी शाहू आणि सत्यशोधक समाज

राजर्षी शाहू सत्यशोधकी होते की नाही, हा शाहुचरित्र संशोधकांमधील वादाचा मुद्दा आहे. आमचे स्वतःचे मत असे आहे की, रूढार्थाने राजर्षी शाहू सत्यशोधक समाजाचे अनुयायी नव्हते; ते आर्यसमाजाचे अनुयायी होते, यासंबंधीचे निःसंदिग्ध पुरावे शाहूचरित्र वाङ्मयात आपणास पाहावयास मिळतात. तांत्रिकदृष्ट्या ते सत्यशोधक समाजाचे अनुयायी होऊ शकत नव्हते, कारण सत्यशोधक समाजाची तत्त्वप्रणाली वेदप्रामाण्य मानणारी नव्हती. राजर्षी शाहू वेदाला मानणारे होते, म्हणूनच ते आर्य समाजाकडे आकृष्ट झाले. याचा अर्थ त्यांचे सत्यशोधक समाजाशी शत्रुत्व होते असे नाही; अथवा डॉ. चौधरी म्हणतात त्याप्रमाणे ते चातुर्वर्ण्य व्यवस्थेचे पुरस्कर्ते होते म्हणून त्यांनी सत्यशोधक समाजास पाठिंबा दिला नाही, असेही नाही.

सत्यशोधक समाजाचे संस्थापक म. फुले यांच्या कार्याविषयी राजर्षी शाहूंनी गौरवाचे उद्गार काढल्याचे आढळतात. ब्राह्मणांचे धार्मिक, राजकीय, सामाजिक व शैक्षणिक वर्चस्व नष्ट करण्यासाठी म. फुले यांनी ब्राह्मणी सत्तेच्या अगदी मर्मस्थानी प्रहार केल्याचे त्यांनी म्हटले आहे;५ आणि 'खऱ्या धर्मविद्येचा व धर्माचा प्रवेश या दक्षिणेच्या भूमीत व्हायला पाहिजे असेल तर सत्यशोधक समाजासारख्यांनी ही भूमी आपल्या कामास योग्य अशी तयार केली पाहिजे,' असेही आवर्जून जाहीर केले आहे.६ राजर्षी शाहूंचे सामाजिक चळवळीतील सहकारी नाम. भास्करराव जाधव, महादेव गणेश डोंगरे, बाबूराव यादव प्रभृती खास मर्जीतील माणसे सत्यशोधक समाजाचे कार्यकर्ते होती. शाहूंच्या प्रेरणेने ही मंडळी सामाजिक कार्य करीत होती. खुद्द सत्यशोधक चळवळीलाही शाहूंनी साहाय्य केल्याचे अनेक दाखले आहेत.

पण राजर्षी शाहू हे सत्यशोधकांचे कडवे विरोधक होते, हे सिद्ध करण्यासाठी डॉ. चौधरींनी त्या काळचे सत्यशोधक कार्यकर्ते अण्णासाहेब लट्टे व भाऊराव पाटील यांचा शाहूंनी छळ केल्याचा पुरावा पुढे केला आहे आणि म्हटले आहे की, शाहूंनी 'सत्यशोधक समाजास उत्तेजन तर दिले नाहीच, परंतु सत्यशोधकांशी त्यांचे तीव्र मतभेद होऊन भाऊराव पाटील यांसारख्या अपरिग्रही तरुण साधकास आणि अण्णासाहेब लट्टे

यांसारख्या हितचिंतकासही कोल्हापुरातून परागंदा व्हावे लागले.'७

लठ्ठे आणि पाटील यांना कोल्हापुरातून परागंदा व्हावे लागले हे सत्य असले तरी त्याचे कारण ते सत्यशोधक समाजाचे अनुयायी होते हे नसून, ते डांबर प्रकरणातील आरोपी होते. संपूर्ण डांबर प्रकरण कोल्हापूर दरबारातील बाळासाहेब गायकवाड व कलाप्पाण्णा निटवे या सत्यशोधक गटविरोधी गटाचे कारस्थान होते. गायकवाड गटाचे शाहू महाराजांकडे इतके वजन होते की, खुद् महाराजांची दिशाभूल होऊन ते या कारस्थानातील खरा आरोपी शोधू शकले नाहीत. त्यामुळे भाऊराव पाटलांसारख्या सच्च्या कार्यकर्त्यांचा कोल्हापूर पोलिसांनी छळ केला. पण लठ्ठे/भाऊराव पाटील यांच्याविषयी आपण घेतलेली भूमिका चुकीची होती, हे पुढे राजर्षी शाहूंना उमजून आले व त्याबद्दल त्यांनी माफीही मागितली.८

या डांबर प्रकरणातील मुख्य आरोपी लठ्ठे व पाटील हे सत्यशोधकी असल्याने कोल्हापुरातील सत्यशोधक समाजाचे कार्य काही काल अडचणीत आले हे खरे; पण डॉ. चौधरी म्हणतात त्याप्रमाणे ते राजर्षी शाहू असेतोवर स्थगित राहिले, हे खरे नाही. डांबर प्रकरण सन १९१४ मध्ये घडले आणि राजर्षी शाहूंनी सत्यशोधक समाजाकडे सन १९१५ सालापासून विशेष लक्ष पुरवून साहाय्य केल्याची साक्ष थोर सत्यशोधक नेते दीनमित्रकार मुकुंदराव पाटील यांच्या सन १९३० सालच्या सत्यशोधक समाजाच्या अध्यक्षीय भाषणामध्ये आहे. मुकुंदराव पाटील म्हणतात,

'सन १९१५ च्या पुढे कै. शाहू छत्रपती महाराज कोल्हापूर यांचे लक्ष समाजाकडे चांगलेच वेधले. अज्ञान बहुजन समाजात लोपलेला मनुष्यपणा शिक्षण प्रचाराने जागृत होईल तेव्हा होवो; पण सत्यशोधक समाजाच्या तत्त्वांचा फैलाव केला तर ही जागृती फार लवकर होईल, हे मर्म जाणून शाहू महाराजांनी समाजास सढळ हाताने मदत केली. त्यानंतर अवघ्या पाच वर्षांत महाराष्ट्रभर एकदम जागृतीची लाट उसळली. कोणी वक्ता तर कोणी प्रचारक, तर कोणी पत्रकर्ता, तर कोणी कवी, तर कोणी ग्रंथकर्ता अशा विविध व्यवसायांचे वेश धारण करून त्यांनी मारे जिकडे तिकडे धुमाकूळ उडवून दिला; पण दुर्दैवाने महाराज कालवश होताच या सर्व समाजसेवकांची शक्ती निघून गेल्याप्रमाणे झाले.'९

ज्या डॉ. य. दि. फडके यांच्या 'शाहू छत्रपती आणि लोकमान्य' या ग्रंथाचा आधार घेऊन डॉ. चौधरींनी 'राजर्षी शाहू - सत्यशोधक समाज' संबंधांचे विश्लेषण केले आहे, त्याच ग्रंथात सत्यशोधक चळवळीच्या प्रकरणात हा पुरावा उपलब्ध आहे. मग डॉ. चौधरींना हा पुरावा दिसला नाही की त्यांनी पाहिला नाही, हे समजू शकत नाही. बहुतेक त्यांनी त्याकडे दुर्लक्ष केले आहे; कारण त्या काळातील सत्यशोधक चळवळीस केवळ पाठिंबाच नव्हे, तर त्यामागे शाहूंची प्रेरणा होती, हे सत्य उघडकीस आणणारा हा पुरावा आहे, आणि तो डॉ. चौधरींच्या 'राजर्षी शाहू सत्यशोधक समाजाच्या विरोधात होते' या आवडत्या सिद्धान्ताच्या आड येणारा आहे!

त्या काळाची वस्तुस्थिती अशी आहे की, म. फुले यांच्यानंतर निश्चेष्ट पडलेल्या सत्यशोधक समाजाच्या चळवळीचे पुनरुज्जीवन कोणी केले असेल तर ते राजर्षी शाहूंनी. यास मुकुंदराव पाटलांप्रमाणे या चळवळीतील इतर अनेक कार्यकर्त्यांच्या साक्षी आहेत.

राजर्षी शाहूंच्या कारकिर्दीच्या इतिहासात डांबर प्रकरणाला डॉ. चौधरींनी अवास्तव महत्त्व दिले आहे. डांबर प्रकरणात शिरण्याचे येथे कारण नाही असे म्हणत म्हणत त्यांनी त्याविषयीचा दीड पानांचा मजकूर दिला आहे. डांबर प्रकरणाच्या वेळी भाऊराव पाटील हे साधे सत्यशोधकी कार्यकर्ते होते. त्यांच्या नंतरच्या कार्याने त्यांना 'कर्मवीर' ही पदवी समाजाने दिली. पण मौजेची गोष्ट अशी की डांबर प्रकरणाचे विवेचन करीत असता भाऊरावांच्या मागे 'कर्मवीर' अशी शब्दयोजना करून डॉ. चौधरींनी 'कर्मवीर भाऊराव पाटलांचा' राजर्षी शाहूंनी तुरुंगात छळ केला, असे चित्र निर्माण व्हावे, अशी व्यवस्था केली आहे.'

दहशतवादी चळवळ आणि राजर्षी शाहूंची प्रतिमा

राजर्षी शाहूंच्या कारकिर्दीच्या इतिहासाच्या एकूण ३५ पृष्ठांपैकी अस्पृश्यता- निवारण व दलितोद्धार चळवळीस अवघी दोन पृष्ठे, तर सत्यशोधक ब्राह्मणेतर चळवळीस अडीच पृष्ठे वाट्यास आली आहेत. याउलट ज्या दहशतवादी अथवा क्रांतिकारी चळवळीशी राजर्षी शाहूचा संबंध नव्हता, तिचा 'राजकीय चळवळ' या सदराखाली डॉ. चौधरींनी

चौदा पृष्ठांत वृत्तान्त दिला आहे. राजर्षी शाहूंची कारकीर्द महाराष्ट्राच्या इतिहासात जी प्रसिद्ध आहे ती त्यांनी बहुजन समाजाच्या उद्धारासाठी केलेल्या सुधारणांसाठी. पण या सुधारणा-चळवळींना गौण स्थान देऊन ज्या दहशतवादी चळवळीला राजर्षी शाहूंनी निपटून काढण्याचा प्रयत्न केला, तिलाच गॅझेटियरमध्ये अग्रक्रमाचे महत्त्व दिले गेले आहे. असे करण्यात डॉ. चौधरींचा हेतू स्पष्ट आहे. तो म्हणजे राष्ट्रीय स्वातंत्र्य चळवळीस विरोध करणारा 'स्वराज्यद्रोही छत्रपती' म्हणून राजर्षी शाहूंची प्रतिमा तयार व्हावी.

राजर्षी शाहूंचे सशस्त्र क्रांतिकारकांशी असणारे संबंध हे वादाचे स्थळ आहे. तत्कालीन कागदोपत्री असणारे बहुतेक पुरावे राजर्षी शाहू सशस्त्र क्रांतिकारी चळवळीच्या विरोधात उभे होते, असे चित्र निर्माण करतात. पण या चित्राला छेद देणारे, म्हणजे शाहू अंतःस्थपणे क्रांतिकारकांना साहाय्य करीत असत, असे सांगणारेही पुरावे पुढे येत आहेत. आमच्या मते या प्रश्नाचे खरे स्वरूप समजून घेण्यासाठी हिंदुस्थानातील ब्रिटिश साम्राज्य सत्तेचे स्थान व संस्थानिकांची अवस्था या गोष्टी नजरेसमोर ठेवूनच परिस्थितीचा शोध घेतला पाहिजे. ब्रिटिशांची सार्वभौम सामर्थ्यशाली राजकीय व लष्करी सत्ता, हिंदी संस्थानिकांची अगतिकता व राजकीय व लष्करी दौर्बल्य, साम्राज्य सत्तेचे अंकितत्व, फुले/शाहू यांसारख्या समाजसुधारकांचा राष्ट्रीय स्वातंत्र्य चळवळीकडे बघण्याचा दृष्टिकोन आणि समाजसुधारणेस कडवा विरोध करणाऱ्या ब्राह्मण वर्गाचा राष्ट्रीय स्वातंत्र्य चळवळीत असणारा भरणा या सर्व पार्श्वभूमीवर राजर्षी शाहूंची सशस्त्र क्रांतिकारी चळवळीविषयीची भूमिका तपासली पाहिजे.

ब्रिटिश साम्राज्यसत्तेशी व तिच्या अधिकाऱ्यांशी राजर्षी शाहूंचे संबंध राजनैतिक सलोख्याचे व राजनिष्ठेचे होते आणि तसे ते ठेवणे हे त्यांचे एक हिंदी मांडलिक संस्थानिक म्हणून राजनैतिक कर्तव्य होते, याचे भान आपण आज ७५ वर्षांनंतर ठेवले पाहिजे. राजर्षी शाहूंच्या कालात अशा प्रकारची राजनैतिक राजनिष्ठा स्वातंत्र्याची चळवळ चालविणाऱ्या काँग्रेसच्या नेत्यांनाही दाखवावी लागत होती, हेही आपण ध्यानात घेतले पाहिजे. ब्रिटिश सत्ताधारी राजर्षी शाहूंचे मित्र होते, आणि ब्रिटिश सत्ताधाऱ्यांचे मित्र म्हणून दहशतवादी त्यांना आपले शत्रू समजत होते. इतके की राजप्रतिनिधी कर्नल फेरीसलाच नव्हे तर राजर्षी

शाहूंनासुद्धा बॉम्बस्फोटाने उडवून देण्याचा कोल्हापुरातील दहशतवाद्यांनी कट केला होता.११ दामू जोशी, प्रसादे, गुळवणी इ. दहशतवाद्यांनी शस्त्रांसाठी पैसा उभा करण्यासाठी करवीर राज्यात दरोडे घातले होते. चोऱ्याही केल्या होत्या.१२ तेव्हा आपल्या राज्यात अशा दहशतवाद्यांकडून धोक्यात येणारी शांतता व सुव्यवस्था राखण्याची जबाबदारी असलेल्या शाहूंनी अशा दहशतवाद्यांचा बंदोबस्त करण्यासाठी प्रामाणिक प्रयत्न करणे अथवा त्यासाठी ब्रिटिश साम्राज्यसत्तेचे सहकार्य घेणे, एक राज्यकर्ता या नात्याने गैर ठरत नाही.

आणखी एक महत्त्वाचा मुद्दा लक्षात घेतला पाहिजे. तो म्हणजे वेदोक्त प्रकरणापासून दुखावलेला ब्राह्मण वर्ग बहुसंख्येने या दहशतवाद्यांमध्ये होता आणि शाहूंचे राजकीय व सामाजिक विरोधक लो. टिळक यांच्याशी त्यांचे घनिष्ठ संबंध होते. वेदोक्त प्रकरणापासून लो. टिळकांच्या सल्ल्यानुसार या ब्राह्मण वर्गाच्या शाहूविरोधी कारवाया सुरू होत्या. याच सुमारास (सन १९०६) कोल्हापुरातील शाहूविरोधकांनी त्यांचे चारित्र्यहनन करून त्यांना समाजातून उठविण्याचे एक दुष्ट व घृणास्पद कारस्थान रचले होते. शाहूंनी आपल्या राजवाड्यात एका सुस्वरूप तरुणीवर बलात्कार केल्याची निनावी पत्रे या विरोधकांनी गव्हर्नर जनरलपर्यंत पाठविली होती. Hitting below the belt या पद्धतीने राजर्षी शाहूंच्या विरुद्ध त्यांच्या शत्रूंचा संघर्ष चालू होता. करवीरमधील या मंडळींना करवीर राज्यातील ब्राह्मण जहागीरदार, दक्षिणेतील ब्राह्मण संस्थानिक आणि पुणे, वाई, बेळगाव इ. ठिकाणच्या ब्राह्मण बुद्धिजीवींचा मोठ्या प्रमाणावर पाठिंबा होता.

ही सर्व तत्कालीन परिस्थिती शाहू-दहशतवादी संबंधांचे विवेचन करताना डॉ. चौधरींनी नजरेसमोर ठेवली पाहिजे होती. पण तसे न करता दहशतवाद्यांच्या कारवाया उखडून टाकण्यासाठी राजर्षी शाहूंनी कोणती उपाययोजना केली व त्यासाठी ब्रिटिश साम्राज्य सत्तेचे वेळोवेळी कसे साहाय्य घेतले, याचेच त्यांनी रसभरीत वर्णन केले असून, आपला मुद्दा स्पष्ट करण्यासाठी पुराव्यापाठीमागून पुरावे सादर केले आहेत. या संदर्भात राजर्षी शाहूंनी ब्रिटिश अधिकाऱ्यांशी केलेल्या पत्रव्यवहारात दहशतवाद्यांचा उल्लेख Bs. असा केला आहे. Bs. म्हणजे ब्राह्मण वर्गातील शाहूविरोधक मंडळी. पण या पत्रव्यवहारावर टिप्पणी करताना

डॉ. चौधरींनी मात्र Bs. चा अर्थ 'राष्ट्रीय आंदोलनातील राष्ट्रवादी' असा केला आहे.१३ दहशतवादी हे राष्ट्रवादी होते हे खरे, पण सर्व राष्ट्रवादी दहशतवादी नव्हते. भारतीय इतिहासात काँग्रेसच्या स्वातंत्र्य आंदोलनास 'राष्ट्रीय आंदोलन' असे म्हटले जाते आणि दहशतवाद्यांच्या कार्याची नोंद 'सशस्त्र क्रांतिकारकांचे कार्य' या सदराखाली केली जाते. पण डॉ. चौधरींना राजर्षी शाहू म्हणजे राष्ट्रीय स्वातंत्र्य चळवळ दडपून टाकणारा स्वजनद्रोही राज्यकर्ता अशी प्रतिमा उभी करायची असल्याने, ते राष्ट्रवाद्यांमधील या ठळक भेदाकडे सहेतुक दुर्लक्ष करतात.

दहशतवादी चळवळीचा वृत्तान्त देत असता, डॉ. चौधरींनी दोन ठळक चुका केल्या आहेत. पहिली म्हणजे राजर्षी शाहूंचे कडवे विरोधक प्रो. विष्णू गोविंद विजापूरकर यांची स्वदेशी व बहिष्कार चळवळ ठळक करण्यासाठी तिचा वृत्तान्त दहशतवादी चळवळीच्या सदराखाली दिला आहे; आणि दुसरी चूक म्हणजे थोर क्रांतिकारक वासुदेव बळवंत फडके यांच्या बरोबरीने पेशवाईतील शेवटचा मराठा सेनापती बापू गोखले यांचे नाव क्रांतिकारक म्हणून दिले आहे!

शाहूविरोधकांच्या प्रतिमा उजळ करण्याचा प्रयत्न

डॉ. चौधरींच्या लेखनकौशल्याचा एक विशेष म्हणजे शाहूविरोधकांच्या प्रतिमांची जमेची बाजूच वाचकांपुढे मांडून राजर्षी शाहूंची प्रतिमा झाकाळून टाकण्याचा प्रयत्न. लो. टिळक, प्रो. विजापूरकर व डॉ. कुर्तकोटी हे तिघेही शाहूंचे कट्टर विरोधक. पण प्रस्तुतच्या गॅझेटियरमधील इतिहासात त्यांच्यासंबंधी लिहिताना डॉ. चौधरींनी पक्षपातीपणा दाखविला आहे. कोल्हापूरच्या इतिहासातील लो. टिळकांच्या स्थानाविषयी लिहिताना त्यांची वेदोक्त प्रकरणातील भूमिका, ताईमहाराज प्रकरण व समाजसुधारणेसंबंधी त्यांचा राजर्षी शाहूंशी असणारा वैचारिक संघर्ष, या बाबी येणे अपरिहार्य आहे. पण डॉ. चौधरींनी राजर्षी शाहूंना राज्याधिकार मिळाला त्या प्रसंगी लो. टिळकांनी त्यांचे अभिनंदन करणारा जो अग्रलेख लिहिला आहे, तो मजकूर पानभर देऊन टिळक-शाहू संबंधातील फक्त प्रारंभीचा भाग सांगितला. संपूर्ण वेदोक्त प्रकरणच गाळल्यामुळे टिळक-शाहू यांच्यामधील संबंधावर त्यांना भाष्य करण्याची गरज राहिली नाही. त्यामुळे सर्व इतिहास वाचल्यावर टिळक-शाहू

यांच्यातील वैचारिक संघर्षाचे चित्र उभे राहत नाही. आपल्या राज्याधिकार ग्रहणप्रसंगी इतक्या चांगल्या सदिच्छा व्यक्त करणाऱ्या लो. टिळकांशी राजर्षी शाहूंनी निष्कारण शत्रुत्वच केले, असा समज सामान्य वाचकाच्या ठिकाणी निर्माण करण्यास असे लेखन कारणीभूत ठरले आहे.

दुसरे शाहूविरोधक म्हणजे प्रो. विजापूरकर हे करवीरमधील कडव्या ब्रह्म वर्गाचे बौद्धिक नेतृत्व करणारे व वेदोक्त प्रकरणात राजर्षी शाहूंना शूद्र ठरवून त्यांच्याविरुद्ध सर्व महाराष्ट्रात रान उठविणाऱ्यांपैकी प्रमुख होत. प्रो. विजापूरकरांच्या या शाहूविरोधी भूमिकेविषयी चौधरींनी अवाक्षर काढलेले नाही; उलट त्यांना सशस्त्र क्रांतिकारकांच्या पंगतीत बसवून त्यांच्या स्वदेशी व बहिष्कार चळवळीचे पानभर गोडवे गायिले आहेत. विजापूरकरांचे राष्ट्रीय जागृतीचे कार्य कोणी नाकारू शकत नाही. पण त्यांच्या व्यक्तिमत्त्वाची कर्मठ ब्राह्मण्यवादी बाजू देणे लेखकाने का टाळावे? विजापूरकरांची ही बाजू न दिल्याने त्यांच्यासारख्या ध्येयवादी राष्ट्रीय विचारवंतास राजर्षी शाहूंनी छळले व शेवटी बडतर्फ केले, असाच सर्वसामान्य वाचकाचा समज होतो.

तिसरे शाहूविरोधक म्हणजे करवीरपीठाचे शंकराचार्य डॉ. कुर्तकोटी. हे स्वामी विद्वान होते, पण त्याचबरोबर अतिशय कर्मठ, घमेंडखोर, चातुर्वर्ण्याचे पुरस्कर्ते व दांभिक सुधारणावादी होते. टिळक अनुयायांशी हातमिळवणी करून त्यांनी छत्रपतींविरुद्ध अनेक कारस्थाने केली. शेवटी राजर्षी शाहूंनी त्यांची शंकराचार्याच्या पीठावरून हकालपट्टी केल्यावर त्यांच्याविषयी त्यांनी बेताल बडबड सुरू केली. 'छत्रपतींना एखादा भाटिया सहज विकत घेईल,'१४ असे घृणास्पद उद्गार काढणाऱ्या या कुर्तकोटींची प्रतिमा डॉ. चौधरींनी उजळच नव्हे, तर तेजस्वी बनविली आहे. प्रसंग आहे राजर्षी शाहूंनी आर्थिक अडचणीमुळे राजाराम कॉलेज बंद करण्याच्या इराद्याचा. शाहूंच्या या इराद्याला ब्रिटिश गव्हर्नर व शिक्षणप्रेमी लोकांनी कसा विरोध केला, हे सांगताना डॉ. चौधरींनी कुर्तकोटींचा उद्गार उद्धृत केला आहे. तो म्हणजे 'एक वेळ करवीर पीठ नष्ट झाले तरी चालेल; पण राजाराम कॉलेज चालू राहिलेच पाहिजे.'१५ पण स्वामींची ही घोषणा फक्त वल्गनाच ठरली. डॉ. कुर्तकोटींना अशा सार्वजनिक बाबीसंबंधी वल्गना करण्याची सवयच होती, हे त्यांचे संपूर्ण चरित्र अभ्यासल्यावर लक्षात येते. अस्पृश्यता या

विषयासंबंधी यापूर्वी त्यांनी अशीच एक वल्गना केली होती. ती अशी 'हिंदुस्थानातील शब्दकोशातून अस्पृश्य व अस्पृश्यता हे शब्द नामशेष झाले पहिजेत.' स्वामींच्या घोषणेची प्रचीती घेण्यासाठी मिस क्लार्क होस्टेलमधील काही अस्पृश्य विद्यार्थी दुसरे दिवशी स्वामींच्या मठात त्यांचे प्रवचन ऐकण्यास गेले. पण त्यांचे दुर्दैव. मठात गेल्यावर स्वामी बदलले होते. त्यांनी या विद्यार्थ्यांना मठाच्या पटांगणातसुद्धा येऊ दिले नाही.१६ असे हे दांभिक कुर्तकोटी कोल्हापूर गॅझेटियरमध्ये राजर्षी शाहूंची प्रतिमा झाकाळून टाकण्यासाठी 'हिरो' बनविले गेले आहेत.

शाहूंच्या दलितोद्धार चळवळीची भलामण

म. फुले यांच्यानंतर दलितांच्या उद्धाराची चळवळ खंबीरपणे पुढे चालविणारा थोर समाजसुधारक म्हणून राजर्षी शाहूंची महाराष्ट्राच्या इतिहासात प्रतिमा आहे. राजर्षींचे हे खरे जीवितकार्य होते. पण डॉ. चौधरींनी राजर्षी शाहूंच्या कार्यास आपल्या इतिहासात योग्य न्याय दिलेला नाही. दहशतवादी चळवळीची पाळेमुळे उखडून टाकण्यासाठी शाहूंनी फेरीस, मिल, वुडहाऊस प्रभृती इंग्रज अधिकाऱ्यांना लिहिलेली पत्रे एकामागून एक याप्रमाणे ते उद्धृत करतात; पण सन १९०२ सालातील मागासलेल्या वर्गांसाठी आपल्या राज्यातील सर्व खात्यांतील ५० टक्के जागा राखीव केल्याचा राजर्षी शाहूंचा क्रांतिकारी जाहीरनामा ते उद्धृत करीत नाहीत; अथवा परंपरागत दरिद्री व्यवसायात जखडून राहिलेल्या बैतेबलुत्यांची सामाजिक गुलामगिरीतून मुक्तता करणाऱ्या हुकमांचा ते उल्लेख करीत नाहीत. एवढेच नव्हे; जे महार वतन खालसा करण्यासाठी स्वातंत्र्यातील महाराष्ट्राला सन १९५८ साल पाहावे लागले, ते महारांवर सामाजिक व आर्थिक गुलामगिरी लादणारे वतन राजर्षी शाहूंनी सन १९१८ मध्येच खालसा केल्याचे डॉ. चौधरी सांगत नाहीत. डॉ. कुर्तकोटीसारख्या दांभिक व्यक्तीचा फसवा उद्गार देण्याऐवजी राजर्षी शाहूंचा 'माझा खजिना या बाबतीत रिकाम झाला तरी मला त्याची पर्वा नाही; पण माणसाला माणुसकीपासून वंचित करणारी महार वतनाची ही रूढी मला मोडायची आहे,' असा एखादा तरी त्यांचा उद्गार उद्धृत केला असता तर त्यांचे लिखाण त्यांनी प्रारंभी नमूद केल्याप्रमाणे वस्तुनिष्ठ व निःष्पक्षपाती होण्यास मदत झाली असती.

भारत सरकारने वेठबिगारप्रतिबंधक कायदा सन १९७६ मध्ये केला. पण कोल्हापूरच्या शाहू राजाने हा कायदा ५८ वर्षांपूर्वी केला होता, हे महाराष्ट्राला भूषणास्पद नाही काय? सन १९५० मध्ये भारतीय राज्यघटनेने अस्पृश्यता नष्ट केली; पण ही दुष्ट रूढी आपल्या राज्यात राजर्षी शाहूंनी खास हुकूम काढून सन १९१९ मध्येच नष्ट केली होती, या घटनेचा गौरवपर उल्लेख करताना डॉ. चौधरींच्या लेखणीस संकोच का होतो, हे समजत नाही. राजर्षींनी 'अस्पृश्यता निवारण्याचा जाहीरनामा' काढला असे सांगण्याऐवजी 'सार्वजनिक ठिकाणी अस्पृश्यांना समान वागणूक देण्याबाबत दक्षता घेतली,' असे ते मोघमात लिहितात.[१७] महार, मांग, चांभार इ. दलित वर्गातील शिकलेल्या लोकांना राजर्षी शाहूंनी वकिलीच्या सनदा दिल्या व पिढ्या न् पिढ्या अज्ञानात राहणाऱ्या समाजाला आत्मविश्वास दिला. पण या कृतीचा उल्लेख या वर्गाला वकिलीसारखा प्रतिष्ठित व्यवसाय करणे शक्य व्हावे यासाठी शाहूंनी 'व्यवस्था' केली, असा ते करतात. 'सनदा दिल्या' असा शब्दप्रयोग करायचे टाळतात.

सारांश, गॅझेटियरसारख्या संदर्भग्रंथात समग्र इतिहासाची अपेक्षा नसली तरी त्यात इतिहासातील विविध प्रवाहांचा परामर्श अपेक्षित असतो. करवीरचा आधुनिक युगातील इतिहास राजकीय चळवळीपेक्षा सामाजिक चळवळीविषयी अधिक प्रसिद्ध आहे. किंबहुना कोल्हापूर हे महाराष्ट्रातील सामाजिक चळवळींचे प्रेरणास्थान ठरलेले आहे आणि त्यास राजर्षी शाहूंची कामगिरी कारणीभूत आहे. सामाजिक स्वातंत्र्याचे आंदोलन हेच शाहूंचे आधुनिक महाराष्ट्राच्या जडणघडणीतील खरे योगदान आहे.

डॉ. चौधरींनी राजर्षी शाहू महाराजांची प्रतिमा रंगविण्यासाठी आपल्या लेखणीस स्वैर स्वातंत्र्य दिले आहे. त्यामुळेच त्यांच्याकडून Mistakes of Omission and Commission या पद्धतीचे लेखन झाले आहे. अशा प्रकारच्या प्रतिमाभंजन करण्याच्या लेखनाचा परामर्श घ्यावा, एवढाच हेतू या निबंधामागे आहे. यात वैयक्तिक टीकेचा भाग नाही.

संदर्भ

१. Maharashtra State Gazetteers: Kolhapur District.

२.	कोल्हापूर गॅझेटियर, पृ. ७७

३.	कित्ता, पृ. ७८

४.	कित्ता, पृ. ९१

५.	राजर्षी शाहू - एक दृष्टिक्षेप, पृ. ७१

६.	कित्ता

७.	कोल्हापूर गॅझेटियर, पृ. ७८ व ९४

८.	शाहू छत्रपती आणि लोकमान्य, पृ. २०४

९.	कित्ता, पृ. १९१

१०.	कोल्हापूर गॅझेटियर, पृ. ९४

११.	शाहू छत्रपती आणि लोकमान्य, पृ. १६२

१२.	कित्ता, पृ. १४८ व १५४

१३.	कोल्हापूर गॅझेटियर, पृ. १०३-१०४

१४.	शाहू छत्रपती : राजा व माणूस, पृ. ३०७

१५.	कोल्हापूर गॅझेटियर, पृ. ८८

१६.	राजर्षी शाहू : राजा व माणूस, पृ. २८१

१७.	कोल्हापूर गॅझेटियर, पृ. ९१

विशेष टीप : महाराष्ट्र शासनातर्फे 'कोल्हापूर गॅझेटियर'ची मराठी आवृत्ती स. १९८९ मध्ये प्रकाशित झाली. त्यामध्ये राजर्षी शाहू छत्रपतींची विकृत प्रतिमा सादर केल्यावरून महाराष्ट्रात अनेक ठिकाणी व महाराष्ट्र विधानसभेत तीव्र प्रतिक्रिया व्यक्त करण्यात आली. महाराष्ट्र शासनाने संतप्त लोकमताचा आदर करून गॅझेटियरचे संपादक मंडळ बरखास्त करून त्यामधील आक्षेपार्ह भाग काढून टाकण्याचे आश्वासन दिले. त्यानंतर कोल्हापुरात भाई माधवराव बागल विद्यापीठातर्फे 'कोल्हापूर गॅझेटियर'वर तज्ज्ञांचा परिसंवाद आयोजित केला गेला होता - (४ ऑगस्ट १९९१). त्या परिसंवादात वाचलेला हा शोधनिबंध आहे.

कोल्हापूरच्या बागल विद्यापीठाने सतत १४ वर्षे या सुधारित गॅझेटियरसाठी आंदोलन केले. शेवटी गॅझेटियरच्या नव्या संपादक

मंडळीने डॉ. चौधरींचा शाहू छत्रपतींवरील मजकूर काढून टाकून त्या ठिकाणी तज्ज्ञ समितीने तयार केलेला सुधारित मजकूर घातला आणि २६ जुलै २००४ रोजी 'सुधारित कोल्हापूर गॅझेटियर' प्रसिद्ध केले. विलंबाने का होईना पण अखेर शाहू छत्रपतींच्या कार्याला महाराष्ट्र शासनाकडून न्याय मिळाला!

संदर्भग्रंथ - सूची

१.   राजर्षी शाहू गौरव ग्रंथ - संपा. पी. बी. साळुंखे, मुंबई, १९७६

२.   राजर्षी शाहू छत्रपती : एक समाजक्रांतिकारक राजा - धनंजय कीर, मुंबई,१९७९

३.   राजर्षी शाहू : राजा व माणूस - कृ. गो. सर्यवंशी, पुणे, १९८४

४.   श्री शाहू महाराजांच्या आठवणी - भाई माधवराव बागल, कोल्हापूर, १९५०

५.   राजर्षी शाहू स्मारक ग्रंथ - संपा. डॉ. जयसिंगराव पवार, कोल्हापूर, २००१

६.   राजर्षी शाहू महाराज व कायदेकानू - ॲड. द. रा. बगाडे, कोल्हापूर, १९८२

७.   महात्मा फुले समग्र वाङ्मय - संपा. डॉ. य. दि. फडके, मुंबई, १९९१

८.   राजर्षी श्री शाहू महाराजांची भाषणे - संपा. भगवानराव जाधव,कोल्हापूर,१९७१

९.   सत्यशोधक दीनमित्रकार मुकुंदराव पाटील यांचे समग्र वाङ्मय - मुंबई, १९९०

१०.   राजर्षी शाहू छत्रपतींचे निवडक आदेश, भाग १ - संपा. भास्कर धाटावकर, मुंबई, १९८८; भाग २ - संपा. डॉ. अ. प्र. जामखेडकर, मुंबई, १९८९

११.   राजर्षी- एक व्यक्तिदर्शन- प्रा. श्याम येडेकर, कोल्हापूर

१२.   शाहू छत्रपती आणि लोकमान्य - डॉ. य. दि. फडके, पुणे, १९८२

१३.   राजर्षी शाहू छत्रपती : वाद आणि वास्तव - डॉ. रमेश जाधव, कोल्हापूर, १९९२

१४.	श्रीमत् छत्रपती शाहू महाराज यांचे चरित्र - प्रो. आ. बा. लट्ठे, बेळगाव, १९२५

१५.	विसाव्या शतकातील महाराष्ट्र, भाग २ - डॉ. य. दि. फडके, पुणे -१९८९

१६.	प्रबोधनकार ठाकरे समग्र वाङ्मय, खं. १ - महाराष्ट्र राज्य साहित्य आणि संस्कृती मंडळ, मुंबई, १९९७

१७.	माधवराव रोकडे यांचे संक्षिप्त चरित्र - कृ. अ. केळूसकर, मुंबई, १९२७

१८.	क्रांतिसूक्ते : राजर्षी छत्रपती शाहू- संपा. डॉ. एस. एस. भोसले, कोल्हापूर, १९७५

१९.	कोल्हापूर गॅझेटियर- महाराष्ट्र राज्य गॅझेटियर : कोल्हापूर जिल्हा - संपा. कि.का. चौधरी, मुंबई, १९८९

२०.	राजर्षी शाहू- एक दृष्टिक्षेप- डॉ. जयसिंगराव पवार, कोल्हापूर, १९८९

२१.	Maharashtra State Gazetters : Kolhapur District -Revised Edition,1960.

२२.	Rajarshi Shahu Chhatrapati Papers, Vol. IV, Ed.- Dr. Vilas Sangave & Dr. B. D. Khane, Kolhapur, 1988